मकतूब

AF657783

मक्तूब

पाउलो कोएलो

अनुवाद : डॉ. शुचिता नांदापूरकर-फडके

MANJUL

मंजुल पब्लिशिंग हाउस

First published in India by

MANJUL

Manjul Publishing House

Corporate and Editorial Office

• 2nd Floor, Usha Preet Complex, 42 Malviya Nagar,
Bhopal 462 003 - India

Sales and Marketing Office

• C-16, Sector 3, Noida, Uttar Pradesh 201301, India

Website: www.manjulindia.com

Distribution Centres

Ahmedabad, Bengaluru, Bhopal, Kolkata, Chennai,
Hyderabad, Mumbai, New Delhi, Pune

Marathi translation of *Maktub* by Paulo Coelho

This edition was published by arrangements with Sant Jordi Asociados
Agencia Literaria S.L.U., Barcelona, Spain
www.santjordi-asociados.com
http://paulocoelhoblog.com

This edition first published in 2024

ISBN : 978-93-5543-843-0

Jacket design by Jim Tierney
Author photograph © Xavier González

Translation by Dr. Shuchita Nandapurkar-Phadke

Printed and bound in India by Thomson Press (India) Ltd.

कुठल्याही पापावाचून जिने गर्भ धारण केला
अशी तू, मेरी तुझ्या आसऱ्याला आलेल्यांसाठी प्रार्थना कर,
तथास्तु!

न्हा चिका, पॅट्रिशिया केस,
एडिन्हो आणि अल्सिनो लेइते नेतो

फादर, स्वर्ग आणि पृथ्वीचे प्रभू, सुज्ञ आणि धोरणींपासून दडवून
ठेवत या बाबी बालकांसमोर उघड केल्यात तुम्ही,
मी तुमचा आभारी आहे.

ल्यूक १०:२१, केजेव्ही

सुरुवात करण्यापूर्वी

मक्तूब हे सल्ला देणारं पुस्तक नाही. ही अनुभवांची देवाणघेवाण आहे.

गेली अकरा वर्षं ज्या गुरूंना मी ओळखतो त्यांच्या शिकवणीचा अधिकतर भाग त्यात आहे. इतर कथा या माझ्या काही मित्रमैत्रिणींनी किंवा मला एकदाच भेटलेल्या काही लोकांनी सांगितल्या आहेत. त्यांचा संदेश अविस्मरणीय आहे. याशिवाय, मी वाचलेली पुस्तकं आणि कथा यांचाही आधार या लिखाणाला आहे. जेसूट अ‍ॅन्थनी डे मेल्लो म्हणतात त्याप्रमाणे, 'या कथा मानवजातीचा आध्यात्मिक वारसा आहेत.'

फोल्हा दे साओ पाओलो या वृत्तपत्राच्या रंगीत पुरवणीचे संपादक अल्सिनो लेइते नेतो यांच्या एका फोनमुळे या पुस्तकाचा जन्म झाला. त्या वेळेस मी यूएसएमध्ये होतो. नेमकं काय लिहायचं, याची सुस्पष्ट कल्पना नसतानाही मी त्यांच्या प्रस्तावाला होकार दिला. मला ते आव्हान वाटलं आणि जगणं म्हणजे जोखीम घेणं असल्यामुळे ते आव्हान स्वीकारायचा मी निर्णय घेतला.

त्या लिखाणामध्ये मला किती गुंतावं लागणार आहे हे लक्षात येताच मी अक्षरशः अंग काढून घेणार होतो. माझ्या पुस्तकांच्या निमित्ताने मला सातत्याने परदेश प्रवास करावा लागत असल्यामुळे दैनंदिन स्तंभलेखन हा मला मोठा छळवादी प्रकार वाटू लागला; परंतु त्यादरम्यान मी लिहावं ह्या दृष्टीने अनेक सूचक चिन्हं मला लक्षात आली. एका वाचकाचं पत्र आलं, एका मित्राने टिप्पणी केली, एका स्त्रीने आपल्या पर्समध्ये जपून ठेवलेली माझ्या लिखाणाची कात्रणं मला दाखवली.

मी जे काही लिहीत होतो ते अधिक वस्तुनिष्ठ आणि थेट कसं लिहावं हे मी कालांतराने शिकलो. मला काही संदर्भ पुनःपुन्हा वाचून काढावे लागले. खरं तर, हे काम मी फारच टाळत आलो होतो. या निमित्ताने पुन्हा वाचन करताना मला अतिशय आनंद मिळाला.

गुरूंशी होणाऱ्या माझ्या संवादांची टिपणं मी अधिक काळजीपूर्वक काढू लागलो. माझ्या आजूबाजूला घडणाऱ्या प्रत्येक गोष्टीकडे मी नीट निरखून पाहू लागलो, मक्तूबच्या लिखाणाशी मी ते जोडू शकणार होतो. हा सर्व अनुभव मला अतिशय संपन्न करू लागला. त्या दैनंदिन स्तंभलेखनाप्रति आज माझ्या मनात त्यामुळेच निव्वळ कृतज्ञता भरून आहे. *फोल्हा दे साओ पाओलो*साठी १० जून १९९३ ते ११ जून १९९४ यादरम्यान प्रकाशित झालेल्या कथा मी निवडल्या. काही कथा *मॅन्युअल ऑफ द वॉरियर ऑफ लाइट* या पुस्तकात प्रकाशित झाल्या होत्या. *मक्तूब* आणि *मॅन्युअल ऑफ*

पाउलो कोएलो

द वॉरियर ऑफ लाइट या दोन्ही पुस्तकांचं वाचन द *अल्केमिस्ट*च्या जोडीने करता येण्यासारखं आहे.

ॲन्थनी दे मेलो यांनी आपल्या एका कथासंग्रहाच्या प्रस्तावनेत लेखकाच्या भूमिकेबद्दल लिहिलं आहे – ''विणकर आणि रंगारी यांचं काम करावं लागतं त्याला. कापूस आणि सुताचं श्रेय तो घेत नाही!''

–पाउलो कोएलो

खेड्यातल्या मध्यभागी असणाऱ्या एका साधारणशा घराकडे पाहत तो प्रवासी बसून होता. तो तिथे पूर्वी मित्रांबरोबर आला होता तेव्हा या घराची शैली आणि फार पूर्वी होऊन गेलेल्या कॅटलॅन या वास्तुविशारदाची शैली यांतलं साम्यच तेवढं त्याच्या लक्षात आलं होतं. त्या वास्तुविशारदाने या जागेवर कधी पाऊलही ठेवलं नव्हतं.

रिओ दि जानेरो इथल्या काबो फ्रिओ या स्थानाजवळ असलेलं ते घर पूर्णपणे फेकून दिलेल्या गोष्टींमधून घडवण्यात आलं होतं. सन १८९०मध्ये गॅब्रियल या त्या घराच्या मालकाला स्वप्न पडलं. स्वप्नात देवदूताने त्याला सांगितलं, ''टाकलेल्या वस्तूंपासून घर बांध.'' गॅब्रियलने फुटकी कौलं, बश्या, दागदागिने, भांडीकुंडी गोळा करायला सुरुवात केली. आपल्या कामाबद्दल बोलताना गॅब्रियल म्हणाले, ''प्रत्येक तुकडा हा सुंदर अशा कशाततरी रूपांतरित झाला आहे.'' पहिली चाळीस वर्षं तरी त्यांना वेड लागलं असल्याची स्थानिकांची खात्री झाली होती. कालांतराने, काही प्रवाशांना त्या घराचा शोध लागला. त्यांनी आपल्या मित्रमैत्रिणींना तिथे आणायला सुरुवात केली. पाहता पाहता गॅब्रियलच्या अचाट बुद्धिमत्तेची सगळ्यांना खात्री पटली. काही दिवसांनी मात्र त्या वास्तूचं नावीन्य ओसरलं आणि गॅब्रियल पुन्हा एकदा अनामिक झाले. तसं असूनही त्यांनी

आपल्या घराचं बांधकाम सुरू ठेवलं. त्यांच्या वयाच्या त्र्याण्णवाव्या वर्षी त्यांनी शेवटचा काचेचा तुकडा हव्या त्या ठिकाणी बसवला आणि त्यांचा मृत्यू झाला.

सिगरेट पेटवत तो प्रवासी शांततेत धूम्रपान करू लागला. आज त्याच्या मनात गॅब्रियलचं घर आणि अ‍ॅन्टनी गाउदी यांचं स्थापत्य यांतल्या साम्यस्थळांचा विचार होता. तो त्या सर्व तुकड्यांकडे पाहत आपल्या अस्तित्वाबद्दल मनन करत होता. इतरांप्रमाणेच त्याच्या बाबतही जे जे घडत होतं त्या त्या तुकड्यांतूनच त्याचं अस्तित्व आकाराला आलं. एका विशिष्ट बिंदूवर मात्र त्या तुकड्यांनी आकार धारण करायला सुरुवात केली होती.

हातातलं वर्तमानपत्र वाचताना त्या प्रवाशाला आपला थोडासा भूतकाळ आठवला. हे त्याच्याही आयुष्याचे तुकडे होते - त्याच्या वाटेला आलेले अनुभव, पुस्तकांमधले विसरता न येण्याजोगे उतारे, गुरूंची शिकवण, मित्रांनी किंवा इतर कोणी सांगितलेल्या कथा, त्याच्या स्वतःच्या काळाचं प्रतिबिंब आणि त्याच्या पिढीची स्वप्नं.

आपल्याला देवदूत भेटून गेल्याचं स्वप्न पडल्यानंतर घर बांधायला सुरुवात करणाऱ्या त्या माणसाप्रमाणे तो प्रवासी त्या क्षणी दिसत होता. आपली आध्यात्मिक जडणघडण लक्षात घेण्याच्या दृष्टीने ते सगळे कागद क्रमवार लावण्याचा प्रयत्न करत होता. मक्तूब! नावाचं माल्बा ताहन यांनी लिहिलेलं पुस्तक लहानपणी वाचल्याचं त्याला आठवलं आणि त्याच्या मनात आलं -

''कदाचित मीही तेच करायला हवं.''

पाउलो कोएलो

गुरू म्हणतात –

“बदल करण्याची वेळ आली आहे अशी जाणीव जेव्हा होते, तेव्हा तोपर्यंतची आपली अपयशं दर्शवणारी कॅसेट/टेप आपण नकळत पुन्हा पाहू लागतो.”

आपण जसजसे मोठे होतो तसतसा आपल्यासमोर आपल्या वाट्याच्या कठीण क्षणांचा राखीव साठासुद्धा वाढत जातो. त्याच वेळेस, या पराभवांवर मात करत पुढे जाण्याचा मार्ग शोधण्याची साधनं अनुभवाने आपल्याला दिलेली आहेत. आपल्या मानसिक व्हिडिओमध्ये आपण त्यांचाही अंतर्भाव करायला हवा. आपण जर केवळ आपल्या यशांचाच व्हिडिओ पाहिला तर, आपण जितके आहोत त्यापेक्षा अधिक सुज्ञ असल्याचं आपल्याला वाटू लागेल.

आपल्याला दोन्ही व्हिडिओंची गरज आहे.

सुरवंटाचा विचार मनात आणा. पक्ष्यांकडे पाहत, स्वतःच्या नशिबाबद्दल आणि रूपाबद्दल क्रोध व्यक्त करत तो आपलं बहुतांश आयुष्य जमिनीवर घालवतो. त्याच्या मनात येतं, ''मी तर सर्वाधिक घृणास्पद कीटकांपैकी एक आहे. या पृथ्वीवर सरपटणारा मी सगळ्यात कुरूप, किळसवाणा आणि तिरस्करणीय जीव आहे.''

अचानक एके दिवशी निसर्ग त्याला कोश विणायला सांगतो. सुरवंट दचकतो. त्याने त्याच्या आयुष्यात असा कोश कधीच विणलेला नसतो. आता आपल्याला स्वतःचं थडगं बांधायचं आहे, असा विचार करत तो मरणाच्या तयारीला लागतो. आत्तापर्यंत जगलेल्या आयुष्याबद्दल संताप व्यक्त करत तो ईश्वराकडे तक्रार करतो –

''मला माझ्या रूपाची नुकतीच कुठे सवय होऊ लागली होती, तेही तुला पाहवलं नाही? तेही तू हिरावून घेतो आहेस?''

अतिशय निराश होत स्वतःला कोशात बंदिस्त करत तो मृत्यूची वाट पाहू लागतो.

असेच काही दिवस जातात. आपलं रूपांतरण एका सुंदर फुलपाखरात झाल्याचं त्याला दिसून येतं. आता ते फुलपाखरू हवेत उडू लागतं. माणसांना त्याचं कौतुक वाटू लागतं. त्याच्या आयुष्याने घेतलेलं वळण आणि ईश्वराची रचना या दोन्हींचं त्याला मोठं नवल वाटतं.

पाउलो कोएलो

स्केटिस मठाच्या मठाधिपतींना भेटायला एकदा एक तिऱ्हाईत जाऊन पोहोचला.

तो म्हणाला, ''मला जरा चांगलं आयुष्य जगायचं आहे, पण पापांचा विचार करणं मी काही थांबवू शकत नाही.''

बाहेर वारं सुटलं आहे हे लक्षात घेत मठाधिपती त्याला म्हणाले –

''फारच गरम होत आहे इथे. बाहेरच्या त्या वाऱ्याचा एखादा तुकडा आणून जरा ही खोली गार करतोस का?''

''अशक्य आहे हे!'' तिऱ्हाइताने उत्तर दिलं.

''ईश्वराचा ज्यामुळे अपमान होऊ शकतो अशा गोष्टींचा विचार करणं जितकं अशक्य आहे, तितकंच तेही अशक्य आहे,'' मठाधिपती म्हणाले. ''मात्र, तू जर मोहाला नकार दिलास, तर ते पुन्हा अधिक त्रास देणार नाहीत.''

गुरू म्हणतात –

एखादा निर्णय घ्यायचा असतो तेव्हा पुढे होत परिणाम स्वीकारणं उत्तम असतं. परिणाम काय असू शकतात याबद्दल तुम्हाला आधी जाणून घेता येऊ शकत नाही.

मानवाला सल्ला देण्याकरता शकुन सांगण्याची कला उदयाला आली होती, भविष्य जाणण्यासाठी नाही. शकुन हा उत्तम समुपदेशक असला तरी भयंकर प्रेषित आहे.

येशूने आपल्याला शिकवलेल्या प्रार्थनेत तो म्हणतो, ''ते घडेल.'' जेव्हा कधी ती इच्छा आपल्यासमोर समस्या उभी करेल तेव्हा ती आपल्याबरोबर त्याच्यावरचा तोडगाही घेऊन येईल.

जर शकुनकलेला भविष्यात डोकावण्यात यश आलं, तर शकुन सांगणारी प्रत्येक व्यक्ती श्रीमंत होईल, तिचा विवाह होईल आणि तिला समाधान लाभेल.

पाउलो कोएलो

एक शिष्य आपल्या गुरूंना भेटायला गेला.

''वर्षानुवर्षं मी आत्मप्रबोधनासाठी प्रयत्न करत आहे,'' तो सांगू लागला. ''मी आता अगदी जवळ येऊन पोहोचलो आहे असं मला वाटतं. माझं पुढचं पाऊल काय असायला हवं हे मी जाणू इच्छितो.''

''उपजीविका कशी चालवतोस?'' गुरूंनी विचारलं.

''मला पोटापाण्यासाठी आजवर काहीही करावं लागलं नाही; कारण माझ्या आईवडिलांचा मला सतत आधार असतो. पण त्यात काय एवढं!''

''सूर्याकडे अर्धा मिनिट पाहत रहा, हेच तुझं पुढचं पाऊल,'' गुरूंनी उत्तर दिलं.

शिष्याने आज्ञापालन केलं.

सांगितल्याप्रमाणे केल्यानंतर गुरूंनी त्याला सभोवतालच्या वस्तीचं वर्णन करायला सांगितलं.

शिष्य उत्तरला, ''सूर्याने आंधळं करून टाकलं आहे मला, काहीच दिसत नाही मला आता.''

''जी व्यक्ती केवळ प्रकाशाचा मागोवा घेत आपल्या जबाबदाऱ्या इतरांवर सोपवते, तिला कधीही प्रबोधन प्राप्त होणार नाही. जी व्यक्ती केवळ सूर्यावर नजर खिळवून ठेवते, ती शेवटी आंधळी होते,'' गुरू म्हणाले.

पायरनीस इथल्या एका दरीतून एक माणूस चालत असताना त्याला एक वृद्ध धनगर भेटला. त्याने त्याच्याबरोबर आपले अन्नपदार्थ वाटून खाल्ले. बराच वेळ ते दोघं जीवनाबद्दल बोलत राहिले.

''आपल्याला जर ईश्वरावर विश्वास ठेवायचा असेल तर, ईश्वर आपल्या प्रत्येक पावलावर नियंत्रण ठेवत असल्यामुळे आपल्याला विचारस्वातंत्र्य नाही, याच्यावरही विश्वास ठेवावा लागेल'', असं त्या माणसाने म्हटलं.

धनगर त्याला पर्वतातल्या एका खिंडीपाशी घेऊन गेला. तिथे जाऊन उच्चारलेल्या प्रत्येक शब्दाचा अचूक प्रतिध्वनी स्पष्टपणे ऐकू येत होता. धनगर म्हणाला, ''आयुष्य या खिंडीच्या बाजूंसारखं असून नशीब हे प्रत्येक व्यक्तीचा टाहो आहे. आपण जी काही कृती करतो ती ईश्वराच्या हृदयाप्रत जाऊन आपल्या दिशेने परत येते. आपल्या कृतींचा प्रतिध्वनी म्हणून ईश्वर कार्य करतो.''

मक्तूब म्हणजे 'लिखित!' अरबी भाषकांच्या दृष्टीने मात्र हा अचूक अर्थ नक्कीच नाही. जरी प्रत्येक गोष्ट आधीच लिहून ठेवलेली असली, तरीसुद्धा ईश्वर दयाळू असून केवळ आपल्याला मदत करण्यासाठी स्वतःजवळचं पेन आणि शाई वापरतो.

प्रवासी आता न्यू यॉर्क इथे आहे. एक दिवस भेटीची वेळ गाठायला त्याला खूप उशीर होतो. त्याला फार उशिरा जाग येते. तो जेव्हा घरातून बाहेर पडतो तेव्हा त्याची गाडी पोलिसांनी उचलून नेल्याचं दिसतं.

तो मीटिंगला उशिरा पोहोचतो, एरवीपेक्षा जेवणाची वेळ चांगलीच लांबते, गाडीच्या दंडाबद्दल त्याच्या मनात सतत विचार असतो. आदल्या दिवशी आपण डॉलरची नोट उचलल्याचं त्याला अचानक आठवतं. ती नोट आणि सकाळी घडलेली घटना यांत काहीतरी संबंध आहे असा विचित्र विचार त्याच्या मनात येतो. तो स्वतःशीच म्हणतो, ''ती नोट ज्या कोणा व्यक्तीसाठी होती तिला सापडण्यापूर्वीच मी ती बहुधा उचलली. ज्याला त्या नोटेची खरोखरंच आवश्यकता होती त्याच्या मार्गातून मी ती कदाचित उचलली. जे लिखित होतं त्यात मी कदाचित ढवळाढवळ केली.''

त्या सगळ्यांतून मुक्त होण्याची इच्छा त्याच्या मनात जागते. नेमक्या त्याच क्षणी, रस्त्याच्या कडेला बसलेला एक भिकारी त्याला दिसतो. सकाळी सापडलेली ती नोट तो पटकन त्याच्या हातात ठेवतो.

भिकारी म्हणतो, ''एकच क्षण थांबा. मी कवी आहे. कवितेच्या स्वरूपात मी तुम्हाला मोबदला देऊ इच्छितो.''

प्रवासी म्हणतो, ''थोडक्यात लिही, मी जरा घाईत आहे.''

भिकारी म्हणतो –

''अद्याप तू जिवंत आहेस, कारण तू जिथे पोहोचणं अपेक्षित आहेस, तिथे अद्याप पोहोचला नाहीस.''

पाउलो कोएलो

शिष्य आपल्या गुरूला म्हणाला -

''ज्या गोष्टीचा विचार करायला नको आणि जे नियोजन करायला नको ते करण्यात मी दिवसाचा बहुतांश भाग दवडला आहे.''

गुरूने शिष्याला घराजवळच्या झाडीत फेरफटका मारण्यासाठी बरोबर घेतलं. चालताना एका झाडाकडे निर्देश करत गुरूने शिष्याला ते झाड ओळखायला सांगितलं.

शिष्याने उत्तर दिलं, ''बेलाडोना. त्याची पानं खाल्ली तर तत्काळ मृत्यू येतो.''

''मात्र, तू त्याकडे नुसतं पाहत राहिलास तर मृत्यू येत नाही,'' गुरू म्हणाले. ''त्याच प्रकारे जोवर तू नकारात्मक विचारांना स्वतःवर नियंत्रण मिळू देत नाहीस, तोवर ते तुला कुठलीही इजा करू शकत नाही.''

फ्रान्स आणि स्पेन यादरम्यान पर्वतरांगा आहेत. या पर्वताच्या पायथ्याशी आर्गेलेस नावाचं गाव असून तिथे एक टेकडी आहे. त्या टेकडीचा शेवट एका दरीत होतो.

एक वृद्ध गृहस्थ दर दुपारी टेकडी चढून जातो.

प्रवासी जेव्हा आर्गेलेस इथे पहिल्यांदा पोहोचला, तेव्हा त्या वृद्धाकडे त्याचं तसं लक्ष गेलं नाही. दुसऱ्यांदा गेला तेव्हा आपल्याला नेहमी तो वृद्ध दिसतो हे त्याच्या लक्षात आलं. त्या गावाला भेट देताना प्रत्येक वेळेस प्रवासी अधिकाधिक संदर्भ लक्षात घेऊ लागला. वृद्धाचे कपडे, कपाळावर घट्ट बसणारी वाटोळी लोकरी टोपी, चालताना आधाराला घेतलेली काठी, चश्मा. आता प्रवाशाच्या मनात त्या गावाचा जेव्हाही विचार येई तेव्हा त्या वृद्धाचासुद्धा येऊ लागला. वृद्धाला मात्र या कशाचीही काहीही कल्पना नव्हती.

एकदाच तो प्रवासी वृद्धाशी बोलला. त्याने त्याला विनोदाने विचारलं –

''आपल्या सभोवतालच्या या सर्व सुरेख डोंगरांमधून ईश्वर वास्तव्य करतो असं तुला वाटतं का?''

वृद्धाने उत्तर दिलं, ''लोक ईश्वराला जिथे जिथे राहू देतील तिथे तिथे तो राहतो.''

पाउलो कोएलो

एके रात्री आपल्या शिष्यांना भेटून गुरूंनी त्यांना शेकोटी पेटवायला सांगितली, जेणेकरून शेकोटीभोवती बसून त्या सगळ्यांना बोलता येईल.

गुरू म्हणाले, ''आध्यात्मिक मार्ग हा आगीसारखा आहे. जो कोणी आग लावू इच्छितो त्याला आधी भयंकर धुराचा सामना करावा लागतो. हा धूर फुफ्फुसांमध्ये जातो, त्यापायी डोळ्यांतून पाणी येऊ लागतं. स्वतःची श्रद्धा पुन्हा शोधणं हे असंच काहीसं आहे. मात्र, एकदा का आग पेटली की, धूर नाहीसा होतो, ज्वालांमध्ये प्रत्येक गोष्ट उजळते, आपल्याला ऊब आणि शांतता प्राप्त होते.

एका शिष्याने विचारलं, ''इतर कोणीतरी आपल्यासाठी अशी शेकोटी पेटवली तर? धूर टाळायला दुसऱ्या कोणी मदत केली तर?''

''असं जो कोणी करेल तो खरा गुरू नाहीच; कारण तो त्याच्या इच्छेनुसार आग कुठेही नेऊ शकतो किंवा कधीही विझवू शकतो. आग कशी पेटवायची हे त्याने इतर कोणालाही शिकवलेलं नसल्याने ज्या क्षणी तो या जगाचा निरोप घेईल त्या क्षणी हे जग अंधकारात बुडेल.''

माझ्या एका मैत्रिणीने आपल्या तीन मुलांना घेऊन कॅनडातल्या दुर्गम भागातल्या एका छोट्या शेतात राहायला जायचा निर्णय घेतला.

आध्यात्मिकतेला पूर्णतया वाहून घेण्याची तिची इच्छा होती.

जेमतेम वर्षभरातच ती प्रेमात पडली, तिने पुन्हा लग्न केलं. संतांच्या आध्यात्मिक तंत्रांचा अभ्यास केला, आपल्या मुलांची शाळा बांधण्याकरता प्रचार केला, मित्रमैत्रिणी जोडले, शत्रू निर्माण केले, दातांच्या आरोग्याकडे दुर्लक्ष केलं, तिला गळू झालं, बर्फाच्या वादळात ती भलत्याच्याच वाहनात बसून आली, गाडी कशी दुरुस्त करायची हे ती शिकली. पाइपमधला गोठलेला बर्फ कसा वितळवायचा हे शिकली, मिळालेले पैसे महिन्याच्या शेवटपर्यंत कसे पुरवायचे हे शिकली, लोकांच्या मदतीवर जगायला आणि उबदार न करता आलेल्या घरात झोपायला, ती शिकली. निष्कारण हसायला शिकली, नैराश्याचे अश्रू ढाळायला शिकली, चर्च बांधायला शिकली. घरातली सगळी कामं आपली आपण करायला शिकली. भिंतीवर रंग लावायला आणि आध्यात्मिकतेवरचा अभ्यासक्रम घ्यायलापण ती शिकली.

ती म्हणते, ‘‘प्रार्थना करत आयुष्य घालवण्याचा अर्थ एकांतात जगणं असा नक्कीच नाही. ईश्वराचं प्रेम महनीय असून ते वाटलं गेलंच पाहिजे.’’

पाउलो कोएलो

“मार्गावर पहिलं पाऊल ठेवाल तेव्हा तुम्हाला समोर एक दार दिसेल. त्यावर काही शब्द रंगवलेले दिसतील,” गुरू म्हणाले. “ते शब्द काय आहेत हे मला माघारी येऊन सांग.” दार शोधण्याकरता शिष्याने जिवाचं रान केलं. एके दिवशी त्याला ते दार दिसलं. ते पाहून तो आपल्या गुरूंकडे परत आला.

“ ‘हे अशक्य आहे’ असं मार्गाच्या सुरुवातीला लिहिलं आहे.”

“नेमकं कुठे लिहिलं आहे, भिंतीवर की दरवाजावर?” गुरूने विचारलं.

‘दारावर,’ शिष्याने उत्तर दिलं.

“ठीक आहे, दाराची कडी धर आणि उघड ते.”

शिष्याने आज्ञापालन केलं. ते शब्द दारावर रंगाने रंगवल्यामुळे दार हलल्याबरोबर शब्द हालले. दार सताड उघडल्यावर शिष्याला ते शब्द दिसलेही नाहीत.

गुरू म्हणतात -

''डोळे मिटा. नाही, खरं तर तुम्हाला डोळे मिटायचीसुद्धा गरज नाही. पक्ष्यांचा एक मोठा थवा उडतो आहे या दृश्याची कल्पना तेवढी करा. ठीक आहे? आता मला सांगा, त्या थव्यात किती पक्षी दिसले तुम्हाला? पाच? अकरा? सतरा?''

तुमचं उत्तर काहीही असो - अचूक संख्या सांगणं कुणालाही कठीणच जाईल - या छोट्या प्रयोगातून एक गोष्ट मात्र स्पष्ट होते. पक्ष्यांचा थवा कल्पनेत पाहणं तुम्हाला शक्य होतं, पण पक्ष्यांच्या संख्येवर तुमचं नियंत्रण नव्हतं. तरीसुद्धा, ते दृश्य सुस्पष्ट, सुनिश्चित आणि तंतोतंत होतं. प्रश्नाचं उत्तर कुठेतरी वेगळीकडेच आहे.

त्या दृश्यामध्ये किती पक्षी येतील हे कोणी ठरवलं? तुम्ही नक्कीच नाही.

स्केटिस मठाजवळ राहणाऱ्या एका संन्याशाला भेट द्यायचं एका माणसाने ठरवलं. वाळवंटात बरंच भटकल्यावर त्याला त्या संन्याशाचा शोध लागला.

तो म्हणाला, ''आध्यात्मिक मार्गावर माझं पहिलं पाऊल कोणतं असायला हवं हे मी जाणू इच्छित आहे.''

संन्याशाने त्याला एका छोट्या तलावाकडे नेऊन पाण्यातल्या आपल्या प्रतिबिंबाकडे पाहायला सांगितलं. त्यानुसार तो माणूस पाण्यात डोकावला खरा, पण संन्याशी पाण्यात सारखे लहानमोठे दगड टाकत राहिला, त्यामुळे पाणी स्थिर न राहता त्यात तरंग उमटत राहिले.

तो माणूस म्हणाला, ''तुम्ही जर पाण्यात सारखे दगडगोटे टाकत राहिलात, तर मला माझा चेहरा नीट दिसणारच नाही.''

''हे पहा, अस्थिर पाण्यात स्वतःचा चेहरा पाहणं माणसाला जसं अशक्य आहे तसंच शोधावर मन अति एकाग्र झालं असेल, तर ईश्वर सापडणं अशक्य आहे. पहिलं पाऊल हे आहे,'' संन्याशाने उत्तर दिलं.

प्रवासी जेव्हा झेन बुद्धत्व ध्यानधारणेचा सराव करत होता तेव्हा त्याचे गुरू दोजोच्या (मार्शल आर्टचा सराव करण्याचा कक्ष) कोपऱ्यात गेले. ते परत आले तेव्हा त्यांच्या हातात वेताची छडी होती.

ध्यानावर लक्ष एकाग्र करणं ज्या विद्यार्थ्यांना जमलं नव्हतं त्यांनी हात उंचावला आणि त्यांच्या गुरूने त्यांच्या दोन्ही खांद्यांवर तीनदा काठी मारली.

सुरुवातीला, त्यांची ही कृती अगदीच पुरातन वाटली.

शारीरिक पातळीवर आध्यात्मिक वेदना निर्माण करणं गरजेचं असून त्यामुळे होणारा त्रास तुम्हाला खरोखरंच जाणवणं गरजेचं असतं, हे प्रवाशाच्या नंतर लक्षात आलं. सांतिआगोच्या रस्त्याला लागल्यानंतर तो आणखी एक गोष्ट शिकला. जेव्हा जेव्हा त्याच्या मनात नकारात्मक विचार येत, तेव्हा तेव्हा तो आपल्या तर्जनीचं नख अंगठ्यात रोवू लागला.

नकारात्मक विचारांचे गंभीर दुष्परिणाम लक्षात यायला बहुतेक वेळा बराच काळ लोटावा लागतो. हे विचार जर शारीरिक वेदनेच्या स्वरूपात प्रकट झाले, तर त्यांच्यामुळे होणारा अपाय आपल्या लक्षात येऊ शकतो. त्यानंतर आपण तो टाळायला सुरुवात करतो.

एकदा बत्तीस वर्षांचा एक रुग्ण रिचर्ड क्रोली ह्या उपचारकांकडे जाऊन पोहोचला.

तो म्हणाला, ''मी माझा अंगठा चोखणं थांबवू शकत नाही.''

क्रोली म्हणाले, ''त्याची नको काळजी करूस, पुढचा एक आठवडा एकच गोष्ट कर, प्रत्येक वेळेस वेगळं बोट चोख.''

त्या दिवसानंतर रुग्ण जेव्हा जेव्हा अंगठा चोखण्यासाठी हात तोंडाशी नेई, तेव्हा 'आज कोणतं बोट चोखावं बरं?' हे ठरवणं त्याला भाग पडू लागलं. आठवडा पूर्ण होण्याआधीच त्याची ती सवय तुटली.

रिचर्ड क्रोली म्हणतात, ''एखाद्या वाईट गोष्टीचं रूपांतर जेव्हा सवयीत होतं, तेव्हा तिचा सामना करणं खरोखरंच कठीण असतं. परंतु, या आव्हानामध्ये नवी वृत्ती अंगीकारण्याची, नवे निर्णय घेण्याची आणि नव्या निवडी करण्याची गरज उद्‌भवते. एवढा आटापिटा करण्याइतक्या त्या वाईट सवयी महत्त्वाच्या नाहीत हे तेव्हा आपल्या लक्षात येतं.''

प्राचीन रोममध्ये सिबिल्स नावाच्या चेटकिणीचा समूह होता. रोमचं भविष्य सांगणारी नऊ पुस्तकं त्यांनी लिहिली. ती पुस्तकं घेऊन त्या रोमन सम्राट तिबेरिअस यांच्याकडे पोहोचल्या.

''कितीला आहेत ही सगळी पुस्तकं?''

''शंभर सोन्याची नाणी,'' सिबिल्सनी उत्तर दिलं.

वैतागून तिबेरिअसने त्यांना तिथून घालवून दिलं. सिबिल्सनी नऊपैकी तीन पुस्तकं जाळून टाकली आणि त्या परत राजाकडे परतल्या.

''अद्यापही त्यांचं मूल्य शंभर सोन्याची नाणी इतकं आहे,'' त्या म्हणाल्या.

या वेळेस तिबेरिअस हसला, पण त्याने पुस्तकं विकत घ्यायला नकार दिला. नऊ पुस्तकांच्या किमतीत सहा पुस्तकं कशाला घ्यायची?

या वेळेस सिबिल्सनी आणखी तीन पुस्तकं जाळली आणि उरलेली केवळ तीन पुस्तकं घेऊन त्या राजाकडे आल्या.

''अद्यापही यांचं मूल्य शंभर सोन्याची नाणी आहेत,'' त्या म्हणाल्या.

एव्हाना तिबेरिअसची उत्सुकता चाळवली गेली होती. त्याने पूर्ण रक्कम चुकती केली, मात्र त्याच्या साम्राज्याच्या भवितव्याबाबत त्या चेटकिणींनी जे भाकीत केलं होतं त्यातला काहीच भाग त्याला वाचायला मिळणार होता.

गुरू म्हणतात –

''संधी जेव्हा समोर येऊन उभी राहते, तेव्हा तिच्याशी भाव करायचा नसतो, हे माहीत असणं हा जीवनकलेचा एक भाग आहे.''

पाउलो कोएलो

रफस जोन्स या विसाव्या शतकातल्या अत्यंत प्रभावी क्वेकरने हे शब्द लिहिले आहेत (क्वेकर - 'सोसायटी ऑफ फ्रेंच' नावाने ओळखल्या जाणाऱ्या ख्रिश्चन समूहाचे सदस्य) -

''ईश्वरापर्यंत पोहोचण्यासाठी मनोरा बांधण्याची गरज आहे असं कारण पुढे करत बॅबलचे नवे मनोरे बांधण्यात मला काहीही स्वारस्य नाही.

''हे मनोरे घृणास्पद आहेत, काहींच्या उभारणीत काँक्रिट आणि विटा, तर काहींच्या उभारणीत पवित्र धर्मग्रंथांच्या चळती वापरण्यात आल्या आहेत. काही मनोरे बांधण्याकरता प्राचीन परंपरांचा वापर करण्यात आला असून, ईश्वराचं अस्तित्व सिद्ध करणाऱ्या नव्या शास्त्रीय पुराव्यांतून अनेक मनोरे उभारण्यात आले आहेत.

''या सर्व मनोऱ्यांवर चढण्यासाठी आपल्याला एकांड्या अंधाऱ्या तळापासून सुरुवात करावी लागते. या मनोऱ्यांवरून जरी पृथ्वी दिसत असली, तरी ते मनोरे आपल्याला स्वर्गापर्यंत पोहोचवत नाहीत.

''आपल्या हाती लागतो तो फक्त भाषा आणि भावना यांचा जुनाच संभ्रम.

''श्रद्धा, प्रेम, सौख्य आणि प्रार्थना हेच ईश्वरापर्यंत पोहोचवणारे पूल आहेत.''

नाझीव्याप्त जर्मनीमध्ये असणाऱ्या ज्यूंना आध्यात्मिक दिलासा देण्यासाठी दोन रबाय (यहुदी धर्मगुरू) प्रयत्नांची पराकाष्ठा करत होते. त्यांना सतत त्यांच्या जिवाची भीती होती. तरीसुद्धा, त्यांच्या पाठलागावर असणाऱ्यांना चुकवणं त्यांना दोन वर्षं सातत्याने जमलं. त्यादरम्यान ते वेगवेगळ्या ज्यू समूहांमध्ये धार्मिक सेवा प्रदान करत राहिले. सरतेशेवटी, ते दोघं पकडले गेले. त्यानंतर पहिल्या रबायने आपला सगळा वेळ प्रार्थनेत घालवला. आपलं नेमकं काय होणार याची त्याला प्रचंड धास्ती वाटत होती. दुसरा रबाय मात्र दिवसभर झोपून राहिला. हवालदिल झालेल्या पहिल्या रबायने त्याला विचारलं, ''इतका का झोपतो आहेस?''

''अरे, सगळी शक्ती वाचवतो आहे. पुढे याच शक्तीची गरज पडणार आहे ना,'' दुसऱ्या रबायने उत्तर दिलं.

''तुला भीती नाही का वाटत? आता आपलं काय होणार आहे हे माहीत नाही का तुला?''

''आपल्याला पकडून तुरुंगात टाकण्यापूर्वी मला भीती नक्कीच वाटत *होती*. आता मी कैदीच आहे. जे घडून गेलं आहे त्याची भीती कशाला वाटून घ्यायची आता? भीती वाटून घेण्याची वेळ सरली आहे. आता आशावादी होण्याची वेळ आली आहे.''

गुरू म्हणतात–

"'मला नाही करायचं', या शब्दांकडे आपण थोडं संशयानेच पाहायला हवं. अशा कोणत्या गोष्टी आहेत ज्या आपल्याला करायच्या नाहीत म्हणून करायच्या नाहीत आणि अशा कोणत्या गोष्टी आहेत ज्यात फारच जोखीम आहे म्हणून त्या आपल्याला करायच्या नाहीत?

"एक उदाहरण सांगतो – परक्यांशी बोलणं. कदचित ते खरोखरचं संभाषण असेल, किंवा थोडक्यात काही बोलणं असेल, मनापासूनच्या गप्पा असतील, आपण परक्यांशी क्वचितच बोलतो."

"हेच बरं," असंच आपल्याला नेहमी वाटत राहतं.

त्यामुळे ना आपण कुणाला मदत करत, ना आपल्याला कुणाची मदत होत.

इतरांपासून अंतर राखल्यामुळे आपण अधिक महत्त्वाचे ठरतो, आपल्यात अधिक आत्मविश्वास येतो, असं आपल्याला वाटतं. प्रत्यक्षात मात्र असं करण्याने इतरांच्या मुखातून आपला देवदूत स्वतःचं जे प्रकटीकरण करणार असतो, तेच आपण घडू देत नाही.

एकदा एका सामर्थ्यशाली राजदरबारात एका वृद्ध संन्याशाला बोलावण्यात आलं.

''इतक्या अल्पतेत समाधान वाटणाऱ्या एका पवित्र माणसाबद्दल मला असूया वाटते,'' राजाने म्हटलं.

''महाराज, माझ्याहूनही अल्पतेत ज्याला समाधान वाटतं त्या तुमच्याबद्दल मला असूया वाटते,'' संन्याशाने उत्तर दिलं.

''हा सगळा देश माझ्या मालकीचा असताना तू असं कसं म्हणू शकतोस?'' संन्याशाच्या बोलण्याने थोडंसं अपमानास्पद वाटून राजाने प्रश्न केला.

''तेच सांगतो,'' वृद्ध बोलू लागला, ''सर्व स्तरांचं संगीत माझ्यासाठी आहे. संपूर्ण जगातल्या नद्या आणि पर्वत माझ्यासाठी आहेत. ईश्वर माझ्या आत्म्यात वसलेला असल्यामुळे सूर्य आणि चंद्रसुद्धा माझ्यासाठी आहेत. महाराज, तुमच्या हातात मात्र हे राज्यच काय ते आहे.''

''ईश्वर जिथे राहतो त्या पर्वतावर जाऊ या,'' एकदा एक सरदार आपल्या बरोबरच्या सरदाराला म्हणाला. ''ईश्वर आपल्याला केवळ 'हे कर, ते कर' एवढंच सांगतो आणि आपलं ओझं कमी करण्यासाठी स्वतः काहीएक करत नाही हे मला सिद्ध करून दाखवायचं आहे.''

''मी तिथे जाईन ते माझी श्रद्धा दाखवण्यासाठी,'' दुसऱ्या सरदाराने उत्तर दिलं.

ते दोघं पर्वतमाथ्यावर पोहोचेस्तोवर रात्र झाली होती. त्या अंधारात त्यांना एक आवाज ऐकू आला –

''आपल्या घोड्यांवरून परत जा, जाताना जमिनीवर पडलेले हे दगड तेवढे घेऊन जा!''

पहिला सरदार म्हणाला, ''पाहिलंस? आपण इतक्या दुरून आलो आणि जाताना आपण आणखी ओझं घेऊन जावं अशी ईश्वराची इच्छा आहे. छे! मी नाही ऐकणार त्याचं काही.''

दुसऱ्या सरदाराने मात्र त्या आवाजाची सूचना मान्य केली. पर्वतपायथ्याशी ते दोघं पोहोचले तोवर उजाडू लागलं होतं. सूर्याची पहिली

किरणं पडू लागली होती. त्या श्रद्धाळू सरदाराने सोबत आणलेल्या दगडांवर ती किरणं पडली. ते दगड उजळले. ते हिरे होते.

गुरू म्हणतात –

"ईश्वर कदाचित विचित्र निर्णय घेत असेल, पण ते सगळे निर्णय आपल्या बाजूने असतात."

गुरू म्हणतात -

''माझ्या प्रिय मित्रा, मी तुला एक बातमी सांगू इच्छितो, तू कदाचित ती कधी ऐकली नसशील, मात्र बातमी थोडी सौम्य करावी, लखलखीत रंगात सजवावी, स्वर्गाच्या वचनांची जोड त्याला द्यावी, परिपूर्णता नजरेस पडेल असं सांगावं, इतर काही गूढ स्पष्टीकरणं द्यावीत, असा विचार मी केला. या सर्व गोष्टी अस्तित्वात असल्या तरी, या क्षणी त्या तर्कसंगत नाहीत.

''खोल श्वास घेत स्वतःला सिद्ध कर. मी स्पष्टपणे बोलायलाच हवं. मी जे सांगणार आहे ते सत्य आहे याबद्दल मी तुला खात्री देऊ शकतो. ते एक अचूक भाकीत असून तिथे त्रुटीला जागा नाही.

''आता बातमी ऐक - तू मरणार आहेस.

''कदाचित उद्या मरशील, कदाचित पन्नास वर्षांनी मरशील. आज ना उद्या तू मरणार हे नक्की. तुझी इच्छा असो वा नसो. तुझ्या इतर काही योजना असोत किंवा नसोत. तू मरणार हे नक्की. आज काय करायचं आहे याबद्दल काळजीपूर्वक विचार कर. उर्वरित दिवसांमध्ये काय करायचं याचाही काळजीपूर्वक विचार कर.''

आफ्रिकेच्या केंद्रस्थानी असलेल्या आपल्या गंतव्य ठिकाणी पोहोचण्यासाठी आतुर झालेल्या एका श्वेतवर्णीय संशोधकाने आपल्या सोबतचं सामान उचलणाऱ्या स्थानिक हमालांनी चालण्याची गती वाढवावी म्हणून त्यांना अधिक पैसे देऊ केले. पुढचे कित्येक दिवस ते सगळे केवळ चालत होते.

एके दुपारी मात्र ते सगळे जमिनीवर बसले. त्यांनी खांद्यावरची ओझी बाजूला काढून ठेवत पुढे जायला नकार दिला. शोधकाने त्यांना कितीही पैसे देऊ केले, तरी ते पाऊलही पुढे टाकायला तयार नव्हते. त्यांच्या या वागणुकीमागचं कारण काय, हे जाणून घेण्याचा प्रयत्न संशोधकाने केला, तेव्हा त्यांना हे उत्तर मिळालं –

''अति भरभर चालत असल्याने आम्ही नेमकं काय करत आहोत हेच आम्हाला कळेनासं झालं आहे. आता मात्र, आमचे आत्मे आमच्यापर्यंत येईस्तोवर आम्ही थांबायलाच हवं.''

पाउलो कोएलो

बाळ येशू कडेवर घेतलेली मदर मेरी एका मठाला भेट देण्यासाठी पृथ्वीवर आली.

तिच्या प्रति आदर व्यक्त करण्यासाठी सगळे भिक्षू अभिमानाने रांगेत उभे राहिले. एकाने काही कविता म्हणून दाखवल्या, एकाने तिला बायबलची सुंदर रूपांतरणं दाखवली, एकाने सर्व संत-महात्म्यांची नावं म्हणून दाखवली.

रांगेच्या शेवटी एक विनम्र भिक्षू होता. त्या काळातल्या संत-महात्म्यांकडून काही शिकण्याची संधी त्याला अद्याप प्राप्त झाली नव्हती.

त्याचे पालक सर्कशीत काम करत, साधी माणसं होती ती. त्या भिक्षूची पाळी आली तेव्हा तो त्याच्याकडून त्या सगळ्या आदर संमारंभाचा शेवट करू इच्छित होता, आपल्यामुळे मठाची अपकीर्ती होईल की काय, अशी भीती त्याला वाटत होती.

मात्र मदत मेरीप्रति असणारं प्रेम तोसुद्धा दाखवू इच्छित होता. आपल्या इतर बंधूंच्या नकारात्मक नजरांकडे दुर्लक्ष करत त्याने खिशातून काही संत्री काढून ती फेकायला आणि झेलायला सुरुवात केली. सर्कशीत काम करणाऱ्या त्याच्या आईवडिलांनी त्याला तेच शिकवलं होतं.

आत्ता कुठे बाळ येशू पहिल्यांदाच हसलं. त्याने आनंदाने टाळ्या वाजवायला सुरुवात केली. त्या क्षणी मदर मेरीने कडेवरचं बाळ त्या भिक्षूला क्षणभर धरू दिलं. केवळ त्यालाच.

सतत सातत्य राखण्याचा प्रयत्न करू नका. संत पॉल म्हणतात त्याप्रमाणे, 'या जगातली सुज्ञता ही ईश्वराच्या दृष्टीने मूर्खपणा आहे.'

सातत्य असणं म्हणजे आपला टाय आणि मोजे नेहमी एकसारखे आहेत ना, याची खात्री करून घेणं. आज तुमचं जे मत आहे तेच उद्या असणं आवश्यक समजणं. हे जग मात्र सातत्याने बदलत असतं.

जोवर तुम्ही इतरांना इजा करत नाही तोवर खुशाल पुढे जा, आपली मतं बदलत रहा, जराही लाज न वाटू देता स्वतःला विपरीत वागा. तसं करण्याचा तुम्हाला हक्क आहे. इतर लोक काय विचार करतात याने काही बिघडत नाही. कारण त्यांना जे हवं तेच विचार ते करणार, नाही का?

तेव्हा शांत व्हा. विश्वाला तुमच्या भोवती गिरकी घेऊ द्या. स्वतःला आश्चर्यचकित करण्याच्या आनंदाचा शोध तुम्हाला लागू द्या. संत पॉल म्हणतात, ''सुज्ञांना लाज वाटावी म्हणून या जगातल्या मूर्खतेची निवड ईश्वर करतो.''

गुरू म्हणतात –

"आज एखाद्या सामान्य गोष्टीतून काहीतरी करणं चांगलं ठरेल."

उदा., कामाला जाताना आपण रस्त्यात नाचू शकतो. पूर्णतया त्रयस्थ असणाऱ्या व्यक्तीच्या नजरेला नजर देत प्रथमदर्शनी प्रेमाबद्दल बोलू शकतो. एखादी कल्पना कितीही हास्यास्पद वाटली, तरी आपला तिच्यावर विश्वास असेल, तर आपण ती आपल्या बॉसला सुचवू शकतो. किंवा, हिंमत नसल्यामुळे वाजवायचं राहून गेलेलं एखादं संगीतवाद्य आपण विकत आणू शकतो. प्रकाशाचे योद्धे (प्रस्तुत लेखकाच्या 'वॉरियर्स ऑफ लाइट' या पुस्तकाचा संदर्भ) असे दिवस जगण्याची अनुमती स्वतःला देतात.

अद्याप ज्या शोकामुळे आपला घसा दाटून येतो, त्याकरता आज आपण रडू शकतो. ज्या व्यक्तीशी आयुष्यात कधीही न बोलण्याची शपथ घेतली होती (पण आपल्या व्हॉइस मेलवर त्या व्यक्तीचा संदेश आला, तर तुम्हाला आवडणार आहे). तिला आपण आज फोन करू शकतो. दर सकाळी आपण स्वतःसाठीच जे स्क्रिप्ट लिहितो त्यापासून आज आपण थोडे वेगळे वागू शकतो.

आज प्रत्येक प्रकारची चूक केली तरी चालणार आहे, त्याबद्दल क्षमा केली जाणार आहे. जिवंत असण्याचा आनंद व्यक्त करण्यासाठीचा हा आजचा दिवस आहे.

रॉजर पेनरोज हे शास्त्रज्ञ आपल्या मित्राबरोबर रस्त्यावरून चालत होते. दोघंही उत्तेजित होऊन बोलत होते. रस्ता ओलांडताना दोघं एक क्षणभर शांत झाले.

पेनरोज म्हणाले, ''रस्ता ओलांडताना माझ्या मनात एक अशक्यप्राय कल्पना चमकून गेल्याचं मला आठवतं. रस्त्याच्या दुसऱ्या बाजूला येऊन आपण पुन्हा आपल्या गप्पांना सुरुवात केली आणि क्षणापूर्वी माझ्या मनात चमकून गेलेली कल्पना मला आठवेनाशी झाली.''

त्या दिवसभरात पेनरोज सतत अस्वस्थ होते. त्यांना अत्यानंदाची जाणीव होत होती, पण त्यामागचं कारण काही समजत नव्हतं.

ते म्हणाले, ''काहीतरी अत्यंत महत्त्वाचं असं माझ्यासमोर उघड झाल्याची जाणीव मला होत राहिली.''

त्या दिवसभरात जे जे काही घडलं होतं ते ते त्यांनी पुन्हा जगून पाहिलं. रस्ता ओलांडताना शांततेचा जो एक क्षण त्यांना जाणवला होता, तो त्यांना आठवला आणि त्या क्षणी ती कल्पना त्यांना पुन्हा स्मरली. या वेळेस मात्र ती कागदावर उतरवण्यात त्यांना यश आलं.

कृष्णविवराच्या अस्तित्वाबद्दलचा त्यांचा तो सिद्धान्त होता. आधुनिक भौतिकशास्त्रातली ती खऱ्या अर्थाने क्रांती होती. रस्ता ओलांडाताना थबकल्यावर जी शांतता आपल्याला नेहमी जाणवते, तिचं स्मरण करणं शक्य झाल्यामुळे ती कल्पना पेनरोजकडे परतली होती.

संत अ‍ॅन्थनी वाळवंटात राहत असताना एक तरुण त्यांना भेटायला आला.

"फादर, मी माझं सारं काही विकलं आहे, गरिबांमध्ये वाटलं आहे. या वाळवंटात जगण्याकरता आवश्यक अशा काही मोजक्या बाबी मी स्वतःजवळ ठेवल्या आहेत. तुम्ही मला मुक्तीचा मार्ग दाखवावात असं मला वाटतं."

त्या तरुणाने ज्या काही थोड्या वस्तू स्वतःजवळ ठेवल्या होत्या त्या विकून टाकून त्या पैशातून थोडं मांस आणायला संत अ‍ॅन्थनींनी त्याला सांगितलं. शहराकडून परत वाळवंटाकडे येताना त्याने ते मांस आपल्या अंगाभोवती बांधायचं होतं.

त्या तरुणाने आज्ञापालन केलं. परतीच्या वाटेवर कुत्र्यांनी आणि पक्ष्यांनी त्याच्यावर हल्ला चढवला. त्या प्रत्येकालाच मांसात वाटा हवा होता.

फाटक्या वस्त्रांत, शरीरभर बोचकारल्याच्या खुणा घेऊन तो तरुण संत अ‍ॅन्थनींसमोर येऊन म्हणाला, "हा मी आलो."

त्याला पाहून संत म्हणाले, "नव्या मार्गावर पहिलं पाऊल टाकण्याची इच्छा असूनही जे आपल्या जीवनातल्या या न त्या भागाला चिकटून राहू पाहतात, त्यांची अवस्था अशीच होईल. त्यांचा भूतकाळ त्यांची अशी अवस्था करेल."

पाउलो कोएलो

गुरू म्हणाले -

''ईश्वराने तुला आज देऊ केलेल्या प्रत्येक सुंदर गोष्टीचा आनंद घे. तू त्या साऱ्यांची बचत करू शकत नाहीस. नंतर वापरण्याच्या दृष्टीने कुठल्याही बँकेत तू ते राखून ठेवू शकत नाहीस. या सर्व आशीर्वादांचा वापर या क्षणी केला नाहीस, तर ते कायमचे नष्ट होतील.

''आपण सारेच जीवनाचे कलाकार आहोत, हे ईश्वर जाणतो. एके दिवशी तो आपल्याला शिल्प घडवण्यासाठी खडक देतो. एखाद्या दिवशी तो आपल्याला कॅन्व्हस आणि ब्रश देतो. कधी तो आपल्याला लिखाणासाठी पेन देतो. रंगकाम करायचं असेल तर खडकाचा उपयोग नाही आणि शिल्प घडवायचं असेल तर पेनाचा उपयोग नाही.

''प्रत्येक दिवस हा एक आश्चर्यच आहे. या सर्व आशीर्वचनांचा स्वीकार कर अणि स्वतःसाठी आजच लहानसहान कलानिर्मिती कर.

''उद्या तुला आणखी काही आशीर्वाद प्राप्त होणार आहेत.''

पियेद्रा नदीच्या काठावरच्या मठाभोवती लुसलुशीत हिरवी कुरणं आहेत, स्पेनच्या वाळवंटी भागात ती खरी मरुभूमी आहे. तिथे, लहानशी नदीसुद्धा धोंकार करत झेपावते आणि दहा-बारा धबधब्यांच्या रूपात कोसळू लागते.

पाण्याचं संगीत ऐकत प्रवासी पुढे चालला होता. अचानक एका धबधब्याखाली त्याला एक गुहा दिसली. काळाच्या ओघात सतत पाणी पडून तिथले दगड गुळगुळीत झाले होते. निसर्गाच्या संयमातून त्यांना अतिशय सुंदर आकार प्राप्त झाला होता. तिथेच एका फलकावर त्याला रवींद्रनाथ टागोर या एका भारतीय तत्त्वज्ञ कवीचे शब्द दिसले. साहित्यातलं नोबेल पारितोषिक प्राप्त करणारे ते युरोपीय नसलेले पहिले गृहस्थ होते.

शिल्पकाराच्या छिन्नी-हातोड्याने त्या खडकांना इतका परिपूर्ण आकार दिलेला नाही. तिथलं पाणी, त्याचं मृदुत्व, त्याचं नर्तन आणि त्याचं गायन यांतून हे इतके सुरेख आकार प्राप्त झालेले आहेत. कठोरता विनाश करते. सौम्यपणा आकार देतो.

गुरू म्हणतात –

“अनेकांना सुखाची भीती वाटते. त्यांच्यासाठी सवयी बदलणं आणि आपली अस्मिता गमावणं हाच ‘सुख’ या शब्दाचा अर्थ आहे.”

आपल्याबाबत ज्या काही चांगल्या गोष्टी घडतात त्याकरता आपण पात्र नाही, असं आपल्याला बऱ्याचदा वाटतं. त्या स्वीकारल्या तर आपण ईश्वराच्या ऋणात राहू, असं वाटून आपण त्या स्वीकारत नाही.

आपल्या मनात येतं, “सुखाच्या कपातून घोट न घेणं बरं. उद्या तो कप आपल्यापासून हिरावून नेला, तर आपल्याला आणखी वेदना होतील.”

घट लागण्याची अतोनात भीती वाटून आपण विकसित होणं थांबवतो. रडण्याची अतोनात भीती वाटून आपण हसणं थांबवतो.

सेटिस मठामध्ये एका दुपारी एका भिक्षूने दुसऱ्या भिक्षूचा अपमान केला. दुसऱ्याने पहिल्याला क्षमा करावी, असं ज्येष्ठ मठाधिपती सिसोइस यांनी सुचवलं.

दुसरा भिक्षू म्हणाला, "मुळीच नाही. त्याने जे केलं त्याची शिक्षा त्याला व्हायलाच पाहिजे."

त्या क्षणी सिसोइस यांनी स्वर्गाच्या दिशेने आपले दोन्ही हात उंचावत प्रार्थना करायला सुरुवात केली –

"प्रभू येशू, इथून पुढे आम्हाला तुझी गरज नाही, कारण आम्ही आमचा छळ करणाऱ्यांना त्यांनी केलेल्या गुन्ह्याचं प्रायश्चित्त भोगायला लावू शकतो. आम्ही सूड आमच्या हातात घेऊ शकतो, सुष्ट आणि दुष्टाचा सामना करू शकतो; तेव्हा कृपा करून आम्हाला सोडून दे, इथून पुढे आमची काळजी करणं बंद कर."

अत्यंत शरमेने त्या दुसऱ्या भिक्षूने आपल्या बंधू भिक्षूला ताबडतोब क्षमा केली.

''आध्यात्मिक खजिना हा ज्याचा त्यालाच शोधावा लागतो असं जर सगळे महान गुरू सांगत असतील, तर आपण इथे एकत्र काय करत आहोत?'' एका शिष्याने विचारलं.

''एका झाडापेक्षा जंगल अधिक बलशाली असतं म्हणून तुम्ही एकत्र आहात,'' गुरूंनी उत्तर दिलं. ''जंगलामध्ये आर्द्रता धरून ठेवली जाते, वादळाचा सामना जास्त चांगल्या प्रकारे केला जातो आणि माती सुपीक राहायला मदत होते. झाड मात्र त्याच्या मुळांमुळे मजबूत होतं. एका झाडाची मुळं दुसऱ्या झाडाला वाढायला मदत करू शकत नाहीत.

''एकच उद्दिष्ट मनात ठेवून एकत्र राहत प्रत्येक व्यक्तीला आपल्या मार्गाने विकसित होऊ देणं, हाच ईश्वराशी संवाद साधू इच्छिणाऱ्यांकरता मार्ग आहे.''

प्रवासी दहा वर्षांचा असताना त्याच्या आईने त्याला शारीरिक शिक्षण अभ्यासक्रमासाठी पाठवलं.

त्या अभ्यासक्रमातल्या एका कृतीमध्ये पुलावरून पाण्यात सूर मारायचा होता. प्रवासी नेहमी रांगेच्या शेवटी उभा राही. उडी मारण्याची आपली पाळी येणार, या कल्पनेने तो सतत भेदरलेला असे. आपल्या समोरच्या प्रत्येक मुलाला पाण्यात सूर मारताना तो पाही. त्याला किती भीती वाटते, हे लक्षात घेत एके दिवशी त्याच्या शिक्षकाने त्याला रांगेत सगळ्यात समोर उभं केलं, जेणेकरून तोच पाण्यात पहिल्यांदा सूर मारेल.

त्याची भीती जराही कमी झाली नव्हती, पण त्याने अतिशय चटकन सूर मारल्याने भीती चटकन गायब झाली.

गुरू म्हणतात –

''कित्येकदा, जे जसं घडत आहे ते तसं घडू द्यावं. एरवी मात्र आपल्याला बाह्या सरसावत कृती करावी लागते. तुम्ही चालढकलही करू शकाल, मात्र ती सर्वांत वाईट गोष्ट असेल.''

एके सकाळी बुद्ध आपल्या शिष्यांसमवेत असताना एक माणूस तिथे आला.

त्याने विचारलं, ''ईश्वर अस्तित्वात आहे का?''

बुद्ध म्हणाले, ''हो तर!''

भोजनानंतर आणखी एक माणूस तिथे आला.

त्याने विचारलं, ''ईश्वर अस्तित्वात आहे का?''

बुद्धाने उत्तर दिलं, ''नाही, तसा तो अस्तित्वात नाही.''

दुपारी तिसरा एक माणूस आला. त्याने तोच प्रश्न विचारला –

''ईश्वर अस्तित्वात आहे का?''

बुद्ध म्हणाले, ''ते तुलाच ठरवावं लागेल.''

बुद्धांचा एक शिष्य म्हणाला, ''गुरू, हे सारं विचित्र आहे. एकाच प्रश्नाचं तुम्ही असं वेगवेगळं उत्तर कसं काय देऊ शकता?''

बुद्ध शांतपणे म्हणाले, ''कारण प्रश्न विचारणारा प्रत्येक जण वेगळा होता. खात्री, नकार आणि साशंकता या आपल्याच मार्गाने प्रत्येक जण ईश्वरापर्यंत जाईल.''

भूमिका निभावणं, कृती करणं, निर्णय घेणं, व्यवस्था करणं या साऱ्यांत गुंतलेले आपण जीव आहोत. आपण सतत एखाद्या गोष्टीचं नियोजन करण्यात, दुसऱ्याचा अंतर्भाव करण्यात आणि तिसऱ्याचा शोध लावण्यात मग्न असतो.

या सगळ्यांत गैर काहीच नाही, खरं तर अशाच प्रकारे आपण जगाची बांधणी करतो, जगात बदल आणतो, मात्र पूजेची कृती हासुद्धा आपल्या जीवनाचा भाग आहे.

तेव्हा अधूनमधून थांबत जा, स्वतःच्या बाहेर डोकावत जा. विश्वासमोर शांत मौनात उभे राहत जा.

तन-मनाने नतमस्तक व्हा. कशाचीही मागणी न करता, कुठलाही विचार न करता, अगदी कृतज्ञतेचीही मागणी न करता शांतपणे नतमस्तक व्हा. आपल्याला व्यापून टाकणाऱ्या मौन प्रेमाचा अनुभव तेवढा घेत रहा. अशा क्षणांमध्ये अचानक अश्रुबिंदू तरारू शकतात. ते ना सुखाचे असतात ना दुःखाचे.

आश्चर्य वाटून घेऊ नका. ती भेटवस्तू आहे. ते अश्रू तुमच्या आत्म्याला शुद्ध करत आहेत.

पाउलो कोएलो

गुरू म्हणतात –

"तुम्हाला रडायचं असेल, तर लहान मूल रडतं तसंच रडा."

तुम्हीही कोणे एके काळी मूल होता, आयुष्यात तुम्ही जी पहिली गोष्ट शिकलात ती म्हणजे रडणं; कारण जगण्याचा तो एक भाग आहे. तुम्ही मुक्त आहात आणि स्वतःच्या भावना व्यक्त करण्यात कुठलीही लाज नाही हे कधीच विसरू नका.

किंचाळा, मोठ्यांदा हुंदके द्या. रडताना हवा असेल तर आवाज करा; कारण मुलं अशाच प्रकारे रडतात. मनावर फुंकर घालण्याचा हा सर्वांत परिणामकारक मार्ग आहे, हे ते जाणतात.

मुलं रडणं कसं थांबवतात हे कधी लक्षात घेतलं आहे का?

कशानेतरी त्यांचं चित्त विचलित होतं, कुठल्यातरी नव्या साहसाकडे कोणीतरी त्यांचं लक्ष वेधून घेतं.

मुलं फार पटकन रडू थांबवतात.

तुमच्या बाबतसुद्धा नेमकं तसंच घडेल, पण लहान मूल रडतं तसे तुम्ही रडलात, तरच.

प्रवासी आपल्या एका मैत्रिणीबरोबर फोर्ट लॉडरडेल इथे भोजन करत होता. ती मैत्रीण वकील होती. बाजूच्या टेबलाशी बसलेल्या इसमाने अतोनात मद्यपान केलं होतं. या दोघांच्या संभाषणात भाग घेण्याचा त्याचा प्रयत्न होता. वैतागून वकील मैत्रिणीने त्याला मधेमधे न बोलण्याबद्दल सांगितलं, त्यावर तो मद्यपी म्हणाला –

''का? कुठलाही साधा माणूस प्रेमाबद्दल जे बोलू शकणार नाही, ते मी बोललो आहे. मला फार आनंद झाला होता. तो आनंद दोन परक्यांपर्यंत पोहोचवायची माझी इच्छा होती. त्यात काय चुकलं?''

''ही वेळ योग्य नाही, हीच काय ती चूक,'' तिने उत्तर दिलं.

''म्हणजे? आपण आनंदी आहोत हे दाखवण्याची अशी काही योग्य वेळबीळ असते की काय?''

त्या दोघांनी ताबडतोब त्या व्यक्तीला जेवणाकरता आपल्या टेबलाशी आमंत्रित केलं.

गुरू म्हणतात –

"आपण आपल्या शरीराची नीट काळजी घेतली पाहिजे, कारण पवित्र आत्म्याचं ते मंदिर असून आपल्या आदर आणि प्रेमासाठी ते पात्र आहे."

आपण आपल्या वेळेचा उत्तम सदुपयोग करायला हवा, कारण आपल्याला आपल्याला स्वप्न साकार करण्यासाठी लढायचं असतं आणि त्या लढण्यामध्ये सर्व प्रयत्न एकवटायचा असतो.

मात्र, अनेक छोट्या छोट्या सौख्यकणांनी जीवन घडलं आहे, हे लक्षात ठेवणंसुद्धा महत्त्वाचं आहे. आपल्या शोधात मदत करण्याकरता उत्प्रेरक म्हणून त्यांची योजना झाली आहे. आपण आपलं दैनंदिन युद्ध लढत असताना आपल्याला आरामाचे काही क्षण मिळावेत, म्हणून त्या सौख्यक्षणांचं प्रयोजन आहे.

आनंदी असणं हे पाप नाही. आहार, झोप, सौख्य या संदर्भातले विशिष्ट नियम अधूनमधून मोडले, तर त्यात काही वाईट नाही. अधूनमधून तुम्ही फालतू गोष्टींमध्ये वेळ वाया घालवलात, तरी स्वतःला दोष देऊ नका. पुढे जात राहण्यासाठी ज्या ठसठशीत प्रेरणेची आपल्याला गरज असते, ती अशा छोट्या सौख्यकणांमधून प्राप्त होते.

ईश्वरनामाचा जागर आणि प्रसार करत गुरू जेव्हा जगभर भ्रमंती करत होते तेव्हा ज्या घरात ते त्यांच्या शिष्याबरोबर राहत होते त्या घराला आग लागली.

एक शिष्य म्हणाला, ''गुरूंनी या घराची जबाबदारी आपल्यावर सोपवली आणि त्यात अपयशी ठरलो.''

जळलेल्या वस्तूंचा वापर करत त्यांनी ताबडतोब नव्याने घर बांधायला सुरुवात केली. त्यांचे गुरू अपेक्षेपेक्षा पुष्कळ आधी परतले. सगळ्यांना कार्यरत पाहून त्यांनी आनंदाने म्हटलं –

''अरे वा! नवीन घर! आपली प्रगती होते आहे तर!''

नेमकं काय घडलं होतं हे संकोचलेल्या एका शिष्याने सांगितलं. त्यांचं राहतं घर आगीमुळे नष्ट झाल्याचं सांगितलं.

गुरू म्हणाले, ''एक गोष्ट माझ्या लक्षात आली नाही. जीवनावर श्रद्धा असणारे तुम्ही सगळे मला दिसत आहात. आयुष्याच्या नव्या टप्प्याला तुम्ही सुरुवात केली आहे, हे मला दिसत आहे. ज्यांच्याकडे केवळ एकच गोष्ट होती तीही ज्याने गमावली आहे. त्यांची परिस्थिती आता इतरांपेक्षा अधिक चांगली आहे, कारण इथून पुढे त्यांच्या वाट्याला तर लाभच येणार आहे.''

पिॲनो वादक आर्थर रुबिनस्टाईन हे न्यू यॉर्कमधल्या एका उत्तम रेस्टॉरन्टमध्ये आपल्या मित्रांना जेवणासाठी भेटणार होते. त्यांना यायला उशीर झाला. त्यांचे मित्र काळजीत पडले. तेवढ्यात रुबिनस्टाईन येऊन पोहोचले. त्यांच्या बरोबर त्यांच्याहून तीस वर्षं लहान असणारी एक सुंदर, सोनेरी केसांची तरुणी होती. कंजूसपणासाठी प्रसिद्ध असलेल्या रुबिनस्टाईनने त्या दिवशी मात्र त्या रेस्टॉरन्टमधले सर्वांत महाग पदार्थ आणि अत्यंत दुर्मीळ वाइन मागवली. सगळ्यांचं खाऊनपिऊन झाल्यावर त्यांनी सस्मित मुद्रेने बिलाचे पैसे चुकते केले.

ते आपल्या मित्रांना म्हणाले, ''माझ्या वागण्याने तुम्ही सगळे बुचकळ्यात पडले असाल, याची मला जाणीव आहे. आज काय घडलं ते सांगतो. माझं इच्छापत्र करण्यासाठी मी वकिलाकडे गेलो. माझ्या मुलीसाठी आणि इतर नातेवाइकांसाठी मी भरपूर संपत्ती देऊ केली. वेगवेगळ्या धर्मादाय संस्थांना मोठ्या प्रमाणात देणगी दिली. अचानक एक वेगळीच गोष्ट माझ्या लक्षात आली. सगळ्यांना सगळं देता देता मी माझ्या इच्छापत्रात स्वतःचा अंतर्भाव केलाच नव्हता. मी मिळवलेला सगळा पैसा दुसऱ्यांकडे जाणार होता.

''त्या क्षणी मी ठरवलं, झालं ते झालं, इथून पुढे मी स्वतःशी अधिक औदार्याने वागणार आहे.''

गुरू म्हणतात –

''तुम्ही जर तुमच्या स्वप्नातल्या मार्गाचा पाठपुरावा करत असाल तर, स्वतःला त्याप्रति पूर्णत्वाने समर्पित करा. 'नाही, हे असं काही मला नकोच होतं,' असं कारण देत, बाहेर जायचा एखादा दरवाजा उघडा ठेवू नका. या शब्दांमध्ये पराजयाची बीजं दडली आहेत.''

तुम्ही अधिक चांगली वाटचाल करू शकता हे माहीत असलं तरी, अधूनमधून अडखळलात तरी, निवडलेला मार्ग अंगीकारा. वर्तमानकाळात जे करण्याची क्षमता तुमच्यात आहे, त्याचा स्वीकार केलात तर भविष्यात तुमच्यात नक्कीच सुधारणा होईल, पण तुम्ही जर तुमच्या मर्यादा नाकारल्यात, तर त्यांच्यातून कधीच मुक्त होणार नाही.

या प्रवासाला धैर्याने सामोरं जा. 'लोक काय म्हणतील' याची भीती बाळगू नका. मुख्य म्हणजे, स्वतःवरच टीका करत स्वतःला पांगळं होऊ देऊ नका.

काही रात्री तुम्ही तळमळत काढाल, तेव्हा ईश्वर तुमच्या सोबत असेल. त्याच्या प्रेमाने तो तुमचे छुपे अश्रू टिपून घेईल.

ईश्वर हा शूरांचा ईश्वर आहे.

गुरूंनी शिष्यांना अन्न शोधण्यासाठी सांगितलं. ते सगळे प्रवास करत होते आणि स्वैपाक रांधू शकत नव्हते.

अंधार पडता पडता शिष्य परतले. इतरांनी जे देऊ केलं होतं ते घेऊन प्रत्येक जण परतला. एकाकडे सडकं फळ, दुसऱ्याकडे शिळा पाव, तर तिसऱ्याकडे कुजलेली वाइन होती.

एका शिष्याने मात्र पिकलेल्या सफरचंदाची पिशवी आणली होती.

सगळ्यांना सफरचंद देत तो म्हणाला, ''माझ्या गुरूला आणि बंधूंना मदत करण्यासाठी मला जे करता येईल ते मी करेन.''

गुरूने विचारलं, ''कुठून आणलंस हे सारं?''

शिष्याने उत्तर दिलं, ''चोरावं लागलं मला ते. ज्या कोणाकडे मी अन्नाची याचना केली, त्यांनी मला शिळं अन्न देऊ केलं. आपण ईश्वराचा प्रसार करत आहोत हे माहीत असलं, तरी ते तसं वागले.''

''हे पहा, उचल ही सफरचंदं! नीघ इथून! इथे पुन्हा कधीही येऊ नकोस. जो कोणी माझ्या*साठी* चोरी करत आहे तो शेवटी माझ्या*कडेच* चोरी करेल,'' गुरूने म्हटलं.

आपली स्वप्नं आणि आदर्श यांच्या शोधात आपण या जगात पाऊल टाकतो. अगदी सहज गवसणाऱ्या गोष्टी आपण अनेकदा अत्यंत दुर्गम ठिकाणी ठेवतो. कधीतरी आपल्याला आपली चूक लक्षात येते. जी गोष्ट अगदी हाताच्या अंतरावर होती तिचा शोध दूरवर घेण्यात वेळ वाया घालवल्याची जाणीव आपल्याला होते. चुकीच्या ठिकाणी शोधल्याबद्दल, निर्माण केलेल्या दुःखाबद्दल आपण स्वतःलाच दोष देतो.

गुरू म्हणतात –

''खजिना तुमच्या घरात जरी पुरलेला असेल तरी तुम्ही जेव्हा दूर जाता तेव्हाच तुम्हाला तो गवसतो. येशूला नकार देण्याचं दुःख पीटरने अनुभवलं नसतं, तर चर्चचा पाद्री म्हणून त्याची निवड कधीही झाली नसती. उधळपट्टी करणाऱ्या मुलाने सारं काही मागेच सोडलं नसतं, तर तो परत आल्यावर त्याच्या वडिलांनी मेजवानी देऊन आनंद साजरा केला नसता.

‘‘मला गमावून तुम्ही पुन्हा जेव्हा मला शोधू शकाल, तेव्हाच माझं खरं मूल्य तुम्हाला समजू शकेल, असा शिक्का आपल्या आयुष्यातल्या काही गोष्टींवर मारलेला असतो. प्रवासाचा कालावधी कमी करण्याचा प्रयत्न करण्यात काहीही अर्थ नाही.’’

मक्तूब

गुरू आपल्या आवडत्या शिष्याला भेटले. त्याची आध्यात्मिक प्रगती कशी सुरू आहे, अशी विचारणा त्यांनी केली. ''दिवसातला प्रत्येक क्षण ईश्वराप्रति अर्पण करणं आपल्याला जमत आहे,'' असं उत्तर शिष्याने दिलं.

''म्हणजे, आता शत्रूंना क्षमा करणं तेवढं तुझ्यासाठी उरलं आहे,'' गुरू म्हणाले.

शिष्याला धक्का बसल्यागत झालं. गुरूंकडे पाहत त्याने म्हटलं,

''ते करायची गरजच नाही. मला माझ्या शत्रूंचा रागच नाही.''

''ईश्वराला तुझा राग आलेला आहे, असं तुला वाटतं का?''

''मुळीच नाही!'' शिष्याने उत्तर दिलं.

''तरीसुद्धा तू त्याच्याकडे क्षमायाचना करतोस, हो की नाही? तेव्हा, तू जरी तुझ्या शत्रूंचा तिरस्कार करत नसलास, तरी त्यांच्याकडूनही क्षमायाचना कर. क्षमा करण्याने तू स्वतःच्या हृदयाला सुस्नात आणि सुगंधित करशील.''

पाउलो कोएलो

टूलॉन इथल्या वेढ्यात अतोनात बाँबवर्षाव होत असताना तरुण नेपोलियन झाडाच्या पानागत थरथरत होता.

एका सैनिकाने ते पाहिलं. तो आपल्या जोडीदाराला म्हणाला –

''पहा त्याच्याकडे, कसला घाबरलाय!''

नेपोलियनने उत्तर दिलं, ''हो, तरीसुद्धा मी लढतो आहे. मला जेवढी भीती वाटते आहे त्याच्या निम्मी जरी तुला वाटली असती, तरी तू पूर्वीच इथून पळ काढला असतास.''

गुरू म्हणतात –

''भीती वाटणं हे भेदरटपणाचं लक्षण नाही. भीतीमुळे आपण प्रत्येक परिस्थितीत आपण धैर्याने आणि डौलाने कृती करू शकतो. एखाद्याला भीती वाटत असूनही तो जर अथकपणे पुढे जात असेल, तर तो आपलं धैर्य सिद्ध करून दाखवतो. धोक्याची जाणीव नसतानाही जो धोकादायक परिस्थितीला तोंड देतो, तो केवळ जबाबदारीने वागतो.''

संत जॉन मेजवानीप्रसंगी प्रवासी उपस्थित होता. सगळीकडे खाद्यपदार्थांचे ठेले उभे होते. घरच्या अन्नाचा घमघमाट पसरला होता.

अचानक एका विदूषकाने त्याच्या प्रत्येक हालचालीची नक्कल करायला सुरुवात केली. लोक हसू लागले. प्रवासीसुद्धा हसू लागला. सरतेशेवटी, त्याने त्या विदूषकाला आपल्याबरोबर कॉफी प्यायला बोलावलं.

विदूषक म्हणाला, ''झोकून दे स्वतःला या जगण्यामध्ये, तू जर जिवंत असशील तर आपले हात हलवण्याची, उड्या मारण्याची, आवाज करण्याची, हसण्याची आणि लोकांबरोबर बोलण्याची गरज आहे, कारण आयुष्य हे मृत्यूच्या अगदी विरुद्ध आहे. मरणं म्हणजे कायमस्वरूपी एकाच स्थितीत राहणं. तू जर स्थिर राहणार असशील तर तू पूर्णतया जिवंत नाहीस.''

एकदा एका सामर्थ्यशाली राजाने एका पवित्र पाद्र्याला पाचारण केलं. त्या पाद्र्यामध्ये उपचारक सामर्थ्य असल्याचं म्हटलं जात होतं. राजाला आपल्या पाठदुखीवर इलाज करायचा होता.

पाद्री म्हणाला, ''ईश्वर आपल्याला मदत करेल. मात्र, वेदनेमागचं कारण आपण आधी जाणून घ्यायला हवं. आपण जर कबुलीजबाब दिला, तर आपण आपल्या समस्यांना सामोरे जातो, अनेक गोष्टींमधून मुक्त होतो.''

त्या धर्मगुरूने राजाला त्याच्या जीवनाबद्दल प्रश्न विचारायला सुरुवात केली. राजा असल्याच्या चिंतेपायी आणि अडचणीपायी तो आपल्या हाताखालच्या माणसांशी कसं वागतो, याबद्दलही धर्मगुरूने प्रश्न विचारले. या सगळ्या समस्यांचा विचार करूनच राजाला कंटाळा आला. धर्मगुरूकडे वळत तो म्हणाला -

''या असल्या गोष्टींबद्दल मला बोलायचंच नाही. हे पहा, मला एकही प्रश्न न विचारता जो कोणी बरा करेल त्याला माझ्या समोर घेऊन या.''

धर्मगुरू तिथून निघून गेले. अर्ध्या तासाने ते आणखी एका व्यक्तीला सोबत घेऊन आले. ते म्हणाले, ''राजन, तुम्हाला हवा असलेला माणूस हाच आहे. माझा हा मित्र पशुवैद्यक आहे. तो सहसा आपल्या रुग्णांशी बोलत नाही.''

एके सकाळी शिष्य आणि गुरू गावाबाहेर फेरफटका मारत होते.

शुद्धीकरण करणारा आहार सुचवावा, असं शिष्याने गुरूकडे मागणं केलं. 'प्रत्येक प्रकारचं अन्न हे शुद्धच असतं,' असं गुरूने कितीही समजावून सांगितलं तरी शिष्याचा त्यावर काही विश्वास बसेना.

तो म्हणाला, "ईश्वराच्या जवळ नेणारा कुठलातरी अन्नपदार्थ असणारच ना."

"कदाचित तुझं म्हणणं बरोबर असेल. ही बाजूला असलेली ओळंबी बघ, हे त्याचंच उदाहरण असू शकतं," गुरूने उत्तर दिलं.

हे ऐकताच शिष्य उत्तेजित झाला. ती ओळंबी खाताच आपण शुद्ध होऊ, आपल्याला आत्मानंद गवसेल, असा विचार त्याच्या मनात आला. ओळंबीचं जवळून निरीक्षण करताच मात्र तो किंचाळला –

"काहीतरी काय! ही ओळंबी तर अत्यंत विषारी आहे. त्यातली एक जरी मी चाखली, तरी तासाभरात माझा मृत्यू नक्की."

"अरेच्चा! अन्नाच्या माध्यमातून ईश्वरापर्यंत पोहोचण्याचा हा एकच मार्ग मला ठाऊक आहे," गुरूने उत्तर दिलं.

सन १९८१च्या हिवाळ्यात प्रवासी आणि त्याची पत्नी प्रागमधल्या रस्त्यातून चालत होते. तितक्यात, सभोवतालच्या इमारतींचं चित्रण करणारा एक तरुण त्यांच्या नजरेस पडला. त्याने चितारलेल्यांपैकी एक चित्र आवडल्याने ते विकत घ्यायचा निर्णय प्रवाशाने घेतला.

त्याने जेव्हा त्या तरुणाला पैसे देऊ केले तेव्हा २३° फॅरनहिट तापमान असूनही त्या तरुणाच्या हातात हातमोजे नसल्याचं प्रवाशाच्या लक्षात आलं.

''हे काय? तू हातमोजे नाही घातलेस?'' प्रवाशाने विचारलं.

''जेणेकरून मला पेन्सिल नीट धरता यावी.''

त्यानंतर ते दोघं प्रागबद्दल थोडा वेळ बोलले. प्रवाशाच्या पत्नीचं रेखाचित्र काढायचा निर्णय चित्रकाराने घेतला, ते काम तो विनामोबदला करणार होता.

त्याचं चित्र चितारणं सुरू असताना प्रवासी थांबून राहिला. काहीतरी वेगळीच गोष्ट घडल्याचं प्रवाशाला जाणवलं. जवळपास पाच मिनिटं ते दोघं संभाषण करत असले, तरी त्या दोघांना एकमेकांची भाषा येत नव्हती.

हालचाली, हावभाव आणि हसणं या माध्यमातून त्यांनी संवाद साधला होता. एकमेकांशी माहिती वाटून घेण्याच्या त्यांच्या इच्छेमुळे शब्दविरहित भाषेच्या जगात त्यांनी प्रवेश केला होता.

एकदा एक मित्र हस्समला एका मशिदीच्या दारापर्यंत घेऊन गेला. तिथे एक भिकारी भीक मागत होता.

मित्र म्हणाला, ''हा अंध माणूस या देशातला सर्वाधिक सुज्ञ माणूस आहे.''

हस्समने विचारलं, ''किती वर्षांपासून तुम्ही अंध आहात?''

'जन्मापासून!' त्या इसमाने उत्तर दिलं.

''इतकी सुज्ञता कुठून प्राप्त केलीत?''

''माझं अंधत्व स्वीकारायला नकार देऊन. मी अंतराळवीर होण्याचा प्रयत्न केला,'' तो माणूस सांगू लागला. ''मला आकाश पाहता येत नसल्याने सूर्य, तारे, आकाशगंगा या सगळ्यांची कल्पना करणं मला भाग पडलं. मी जितका अधिक ईश्वराच्या कार्याच्या जवळ जाऊ लागलो, तितका मी त्याच्या सुज्ञतेच्या निकट जाऊ लागलो.''

स्पेनमध्ये ओलाइट नावाच्या गावातल्या एका दुर्गम गुत्त्यात तिथल्या मालकाने लिहून ठेवलं आहे –

'सर्व उत्तरं शोधणं मला जेव्हा अखेरीस जमलं होतं, तेव्हा त्यांनी प्रश्नच बदलले.'

गुरू म्हणतात –

''आपण नेहमीच व्यग्र राहून उत्तरं शोधण्याचा प्रयत्न करतो आणि आयुष्याचा अर्थ समजून घ्यायचा असेल, तर आपण उत्तरं महत्त्वाची आहेत, असं मानतो.''

आयुष्य पूर्णार्थाने जगणं आणि काळाला आयुष्याचा अर्थ समजावून सांगू देणं, हे अधिक महत्त्वाचं आहे. आपण जर अर्थ शोधण्यासाठी आटापिटा केला, तर आपण निसर्गाला त्याचं काम करू देत नाही. त्यापायी आपण ईश्वराच्या खुणा वाचण्यास अक्षम ठरतो.

प्राचीन पर्शियामधले एक धर्मगुरू – मॅगस यांच्या बाबत एक ऑस्ट्रेलियन कथा आहे. एकदा ते आपल्या तीन बहिणींबरोबर बाहेर फेरफटका मारत असताना त्या काळातला एक प्रसिद्ध योद्धा त्यांच्या समोर आला.

योद्ध्याने म्हटलं, ''या तीन सुंदर तरुणींपैकी एकीशी विवाह करण्याची माझी इच्छा आहे.''

''एकीचा विवाह झाला तर इतर दोघींना वाईट वाटेल. ज्या जमातीतल्या योद्ध्यांना तीन पत्नी करता येतात अशाचा शोध मला आहे,'' असं मॅगसनी चालता चालता म्हटलं.

पुढची अनेक वर्षं त्यांनी ऑस्ट्रेलिया खंड पालथा घातला, पण अशी जमात काही त्यांना कुठे मिळाली नाही.

असाच काळ लोटला, सगळेच वृद्ध झाले. चालून थकलेल्या एका बहिणीने म्हटलं, ''आपल्यातली निदान एक जण तरी सुखी झाली असती.''

यावर मॅगसनी उत्तर दिलं, ''माझं चुकलं. आता फार उशीर झाला आहे.''

एकाचा आनंद हे दुसऱ्याचं दुःखंच असतं, असं नाही– हे तिथून जाणाऱ्या लोकांना समजावं म्हणून त्यांनी आपल्या तिन्ही बहिणींचं रूपांतर शिलाखंडात केलं.

पत्रकार वॅग्नर कारेली हे एकदा जॉर्ज लुई बोर्जेस या अर्जेंटिनाच्या लेखकाची मुलाखत घ्यायला गेले. मुलाखतीच्या शेवटी त्यांची चर्चा शब्दांपलीकडच्या भाषेकडे वळली. एकमेकांना समजून घेण्याच्या माणसांच्या अमर्याद क्षमतेबद्दल ते बोलू लागले.

बोर्जेस म्हणाले, ''मी तुम्हाला एक उदाहरण देतो.''

मग त्यांनी विचित्र भाषेत काहीतरी बोलायला सुरुवात केली. त्यांचं बोलून झाल्यावर कारेली यांना काही समजलं का, असं त्यांनी विचारलं.

कारेली काही बोलण्यापूर्वी त्यांच्या सोबतचा फोटोग्राफर म्हणाला, ''ही तर ईश्वराची प्रार्थना आहे.''

''अगदी बरोबर,'' बोर्जेसने उत्तर दिलं. ''मी ती फिनिश भाषेत म्हणत होतो.''

सर्कशीतल्या हत्तीला बंदिस्त ठेवण्याकरता त्याचा प्रशिक्षक अगदी साधी युक्ती वापरतो. हत्ती जेव्हा पिलू असतो तेव्हा तो प्रशिक्षक त्या पिल्लाचा एक पाय एखाद्या झाडाच्या जाडजूड खोडाला बांधून ठेवतो. हत्तीच्या पिल्लाने कितीही प्रयत्न केला, तरी तो स्वतःला त्या झाडापासून सोडवून घेऊ शकत नाही. आपल्या दोघांमध्ये झाडाचं खोड अधिक ताकदवान असल्याची त्या पिल्लाला सवय होऊन जाते.

ते पिल्लू चांगलं मोठं होतं. त्याच्यात अफाट ताकद येते. तरीसुद्धा, बारक्याशा काठीला जरी त्याला बांधून ठेवलं तरी तो हत्ती त्यातून सुटण्याचा जराही प्रयत्न करत नाही. असं का? त्याने सुटण्याचे केलेले प्रयत्न आणि त्यातलं अपयश एवढंच त्याच्या लक्षात राहतं. आपले पायसुद्धा अशाच एखाद्या नाजूक गोष्टीशी बांधलेले आहेत, पण लहानपणी झाडाला बांधलेलं असण्याची आपल्याला अतिशय सवय झाल्याने आपण या नाजूक बंधनातून मुक्त होण्याचा प्रयत्नही करू शकत नाही. मुक्ती मिळवण्यासाठी आपल्याला शौर्याने केवळ एक कृती तेवढी करायला पाहिजे, याची जाणीवच आपल्याला नसते.

पाउलो कोएलो

ईश्वर म्हणजे काय हे समजून सांगा, असं कोणाला विचारण्यात काही अर्थ नाही. ते त्यांना हव्या त्या शब्दांत वर्णन करतील, पण सरतेशेवटी ते सगळे शब्दच असतील. प्रेमासंदर्भात तुम्ही माहितीकोश वाचून काढलात तरी कोणावर प्रेम करणं म्हणजे काय याची कल्पना त्यातून येणार नाही.

गुरू म्हणतात –

"ईश्वर अस्तित्वात आहे की नाही हे कुणीही कधीही सिद्ध करू शकणार नाही. आयुष्यातल्या काही बाबी या समजून सांगायच्या नसतात, त्या अनुभवायच्या असतात."

प्रेम हा तसाच एक प्रकार आहे. ईश्वर – तोच प्रेम आहे – तोही तसाच. "ईश्वराचं राज्य मुलांचं आहे." हे येशूने आपल्याला शिकवलं आहे. त्याला जी जादूई किनार आहे तशीच श्रद्धेला आहे. त्या धर्तीवर श्रद्धा हा एक बालिश अनुभव आहे.

ईश्वर कधीही तुमच्या डोक्यातून तुमच्यात प्रवेश करणार नसून तुमच्या हृदयाचं द्वार तो वापरणार आहे.

मठाधिपती जोआओ पेक्केन यांच्याबद्दल मुख्य मठाधिपती म्हणत की, ते अतिशय जास्त प्रार्थना करत असल्यामुळे कुठल्याही मोहाची चिंता करण्याची त्यांना गरज नाही, कारण त्यांनी सर्व मोहांवर आधीच मात केली आहे.

सरतेशेवटी, मुख्य मठाधिपतींचे शब्द सेटिस मठातल्या सुज्ञ भिक्षूंपैकी एकाच्या कानांवर पडले. त्या नवशिक्या भिक्षूला त्यांनी जेवल्यानंतर बोलावून घेतलं.

ते म्हणाले, ''मठाधिपती जोआओ यांना मात करण्याजोगा कुठला मोह उरलेला नाही, त्याबद्दल तू ऐकलं असशील. मात्र, कशाचाच सामना करायचा नसेल तर आत्मा दुर्बल होतो. मठाधिपती जोआओ यांना जबरदस्त मोहाचा सामना करावा लागेल अशी आपण प्रार्थना करू या. त्यांनी जर त्यावर मात केली तर ईश्वराने त्यांच्याकडे अधिकाधिक मोह पाठवावेत, असं मागणं आपण करू या. जेव्हा ते मोहांचा सामना करत असतील तेव्हा 'ईश्वरा या राक्षसाला दूर हाकल' असं म्हणण्याची वेळ त्यांच्यावर कधीही येणार नाही अशी प्रार्थना करू या. 'ईश्वरा, या दुष्टांचा पाडाव करण्याचं सामर्थ्य माझ्यात दे' असं ते म्हणतील, अशी प्रार्थना आपण करू या.''

तिन्हीसांजेला अशी वेळ येते जेव्हा कुठलीच गोष्ट धड दिसत नाही. दिवस आणि रात्रीचा तो मिलनबिंदू असतो. कुठलीच गोष्ट पूर्णतया सुस्पष्ट नसते किंवा पूर्णतया अंधारात नसते. बहुतांश आध्यात्मिक परंपरांमध्ये हा क्षण पवित्र मानला जातो.

संध्याकाळी सहा वाजता 'एव्ह मारिया' म्हटलंच पाहिजे, असं कॅथलिक परंपरेत म्हटलं जातं. क्वेचुआ परंपरेनुसार तुम्ही जर दुपारी मित्राला भेटलात आणि तिन्हीसांजेला त्याच्या सोबतच असाल तर 'शुभ संध्या' असं म्हणत पुन्हा गप्पा मारायला सुरुवात करायची असते.

तिन्हीसांजेला ग्रह आणि मानवता यांच्या समतोलाची परीक्षा घेतली जाते. परिवलन करत राहण्याचं धैर्य पृथ्वीत आहे की नाही, हे पाहण्यासाठी ईश्वर काळोख आणि प्रकाशाचं मिश्रण करतो. पृथ्वीला जर अंधकाराची भीती वाटली नाही तर रात्र सरते आणि नवा सूर्य उगवतो.

आर्थर शोपेनहोवर हे जर्मन तत्त्वज्ञ ड्रेसदेन इथल्या रस्त्यावर चालत होते. मनाला भेडसावणाऱ्या प्रश्नांची उत्तरं ते शोधत होते. अचानक ते एका बगिचासमोर आले. फुलांचं कौतुक करण्यात काही तास घालवण्याचा निर्णय त्यांनी घेतला.

आसपास राहणाऱ्या रहिवाशांपैकी एकाने त्यांच्या त्या विचित्र वागण्याची दखल घेत पोलिसांना बोलावलं. काही मिनिटांतच एक पोलीस तिथे येऊन पोहोचला. त्याने शोपेनहोवरना उद्धटपणे विचारलं, ''कोण आहात?''

त्याला आपादमस्तक न्याहाळत शोपेनहोवर यांनी उत्तर दिलं –

''या प्रश्नाचं उत्तर जर तुम्ही मला देऊ शकलात, तर मी आपल्या सदैव ऋणात राहीन.''

सुज्ञतेच्या शोधात असणाऱ्या एका माणसाने पर्वतांवर जायचं ठरवलं. दर दोन वर्षांनी ईश्वर तिथे प्रकट होतो, असं त्याला सांगण्यात आलं.

पहिल्या वर्षी त्याने पृथ्वीवर जे जे उगवेल ते सारं भक्षण केलं. सरतेशेवटी, अन्न संपलं आणि त्याला शहरात परत जावं लागलं.

तो ओरडला, ''ईश्वर किती अन्याय करतो. मी तिथे त्याचा आवाज ऐकण्यासाठी तिष्ठत आहे हे दिसलं नाही का त्याला? आता मला भूक लागली. त्याला न भेटताच मला परत शहरात जावं लागलं.''

त्या क्षणी एक देवदूत प्रकटला.

देवदूत म्हणाला, ''खरं तर ईश्वराला तुझ्याशी बोलायला आवडेल. त्याने तुला वर्षभर अन्न पुरवलं. पुढच्या वर्षी तरी तू स्वतःचं अन्न स्वतःच उगवशील, अशी त्याला आशा होती. काय काय पेरलंस तू? काहीही नाही. ज्या स्थानावर आपण राहतो तिथे जर आपण अन्न उगवू शकत नसू, तर अशा व्यक्तीची ईश्वराशी संभाषण करायची अद्याप तयारी झालेली नाही, हेच खरं.''

आपल्या मनात येतं – ''गुलामगिरीचं आपलं विशिष्ट रूप निवडण्यात आपलं खरं स्वातंत्र्य आहे असं दिसतं. दिवसातले आठ तास मी काम करतो. मग मला बढती मिळाली तर मी दिवसातले बारा तास काम करेन. माझं लग्न झालं. आता तर मला स्वतःसाठी वेळच नाही होत. मी ईश्वर शोधण्याचा प्रयत्न करतो आहे. म्हणजे आता मला धर्म प्रार्थना, धार्मिक विधी अशांसारख्या ठिकाणी उपस्थित राहणं भाग आहे. प्रेम, काम, श्रद्धा; आयुष्यात जे जे काही महत्त्वाचं आहे – त्याचा शेवट शेवटी मोठ्या ओझ्यातच होतो.

गुरू म्हणतात –

''केवळ प्रेमच आपल्याला निसटून जाऊ देतं. आपल्या स्वातंत्र्यासाठी आपण जे करतो त्याबद्दलचं प्रेम.''

आपण जर प्रेम करू शकत नसू, तर या क्षणी इथेच थांबायला हवं. येशू म्हणतो, ''तुमचा डोळा जर तुम्हाला पाप करायला भाग पाडत असेल, तर उपसा तो आणि द्या भिरकावून. दोन डोळ्यांसह नरकाच्या आगीत फेकलं जाण्यापेक्षा एकाच डोळ्याने आयुष्यात प्रवेश करणं अधिक चांगलं.''

शब्द कठोर असले तरी आहे हे असं आहे.

एका संन्याशाने वर्षभर उपवास केला. आठवड्यातून केवळ एकदाच तो अन्न सेवन करत असे. अशा प्रकारे कठोर प्रयत्न केल्यानंतर बायबलच्या एका विशिष्ट उताऱ्याचा खरा अर्थ ईश्वराने आपल्या समोर मांडावा, अशी मागणी त्याने केली.

त्याला उत्तर प्राप्त झालं नाही.

संन्याशाच्या मनात आलं, ''किती वेळ वाया घालवला मी. केवढा तरी त्याग केला मी, ईश्वराने साधं उत्तर द्यायचे कष्टसुद्धा घेतले नाहीत. त्यापेक्षा, ही जागा सोडून निघून जावं. त्या उताऱ्याचा अर्थ माहीत असेल असा एखादा भिक्षू तरी शोधावा.''

त्या क्षणी त्याच्यासमोर देवदूत प्रकट झाला.

देवदूत म्हणाला, ''आपण इतरांपेक्षा अधिक चांगले आहोत, असं तुला वाटू लागलं, एवढंच या बारा महिन्यांच्या उपासातून तू साध्य केलंस. आढ्यताखोर लोकांचं म्हणणं ईश्वर ऐकून घेत नाही. इतरांची मदत मागण्याची नम्रता जेव्हा तू दाखवलीस, तेव्हा ईश्वराने मला धाडलं.''

तो संन्यासी जे काही जाणू इच्छित होता, ते त्या देवदूताने त्याला स्पष्ट करून सांगितलं.

गुरू म्हणतात –

"खरा अर्थ प्रकट करण्यासाठी काही विशिष्ट शब्दांची बांधणी कशी झाली आहे याचं निरीक्षण करा."

"आधीच गुंतणं" या शब्दाचा विचार करा. 'आधीच' आणि 'गुंतणं' अशा दोन भागांत तो विभागा. काय अर्थ आहे त्याचा? एखादी गोष्ट प्रत्यक्षात घडण्याआधी तिच्याबद्दल काळजी करणं, ती मनात धरून ठेवणं.

जी गोष्ट अद्याप घडलीच नाही तिच्याबद्दल या संपूर्ण विश्वासात कोण बरं चिंता करू शकेल?

अशा सगळ्या आधीच्या गुंतागुंती सोडून द्या. तुमची नियती आणि मार्ग यावरच लक्ष केंद्रित करा. तुम्हाला देण्यात आलेली प्रकाशाची तलवार परजण्यासाठी जे जे जाणणं आवश्यक आहे ते शिकून घ्या.

मित्रमैत्रिणी, गुरू आणि शत्रू यांच्या लढण्याच्या तंत्राचं निरीक्षण करा.

कठोर परिश्रम घ्या, पण सर्वांत वाईट चुका करू नका – आपल्या प्रतिस्पर्ध्याची पुढची चाल काय आहे हे आपल्याला ठाऊक आहे यावर विश्वास ठेवण्याची घोडचूक करू नका.

शुक्रवार आहे. तुम्ही घरी येता. आठवडाभर तुम्हाला वर्तमानपत्र वाचायला वेळ मिळालेला नसतो. तुम्ही सगळी वर्तमानपत्रं घेऊन बसता, टीव्ही म्यूटवर टाकता, एक सीडी लावता. वर्तमानपत्र चाळताना, संगीत ऐकताना तुम्ही वेगवेगळे चॅनेल लावता. वर्तमानपत्रांतून तुम्हाला कुठलीही नवी बातमी समजत नाही. टीव्हीवर तेच तेच कार्यक्रम असतात. सीडी तुम्ही दहादा तरी ऐकलेली असते.

तुमची बायको मात्र मुलांकडे लक्ष देत असते. नेमकं कारण न समजतादेखील ती तिच्या तारुण्याच्या सर्वोत्तम भागाचा त्याग करत असते.

तुमच्या मनात एक कारण डोकावतं. 'आयुष्य असंच आहे ना!' नाही. आयुष्य असं नाही. आयुष्य म्हणजे उत्साह. तुमचा उत्साह कुठे दडला आहे ते शोधून काढा. उशीर होण्यापूर्वीच बायको-मुलांच्या सोबतीने त्या उत्साहाचा मागोवा घ्यायला निघा. आपल्या स्वप्नांचा पाठपुरावा करणाऱ्यांना प्रेम कधीच आडकाठी करत नाही.

ख्रिसमसच्या आधीच्या संध्याकाळी प्रवासी आणि त्याची बायको चर्चा करत होते. शेवटास येणाऱ्या वर्षाचा अंदाज घेत होते.

संध्याकाळी पायरनिस इथल्या गावातल्या एकुलत्या एक रेस्टॉरन्टमध्ये जेवत असताना प्रवाशाने एका गोष्टीबद्दल तक्रार करायला सुरुवात केली. त्याला हव्या त्या पद्धतीने ती गोष्ट घडली नव्हती.

रेस्टॉरन्टमध्ये सजवलेल्या ख्रिसमस झाडाकडे त्याची बायको एकटक पाहत होती. आपल्या बोलण्यात तिला स्वारस्य नाही, असा अर्थ काढत प्रवाशाने विषय बदलला.

तो म्हणाला, ''दिवे किती सुंदर आहेत.''

'हो,' त्याची बायको म्हणाली. ''पण तू जर बारकाईने पाहिलंस तर या अनेक दिव्यांमध्ये एक दिवा गेलेला आहे. गेलं वर्ष या अनेक झगमगणाऱ्या दिव्यांसारखं होतं असा विचार करण्याऐवजी त्या गेलेल्या दिव्यागत होतं, असा विचार तू करत आहेस असं मला वाटतं. कुठलीच गोष्ट न उजळवणाऱ्या त्या गेलेल्या दिव्याप्रमाणे तू गेलेल्या वर्षाकडे पाहत आहेस.''

''रस्त्यावरून चालणाऱ्या त्या नम्र व्यक्तीकडे पाहिलंस?'' एका दुष्टाने दुसऱ्याला विचारलं. ''आता पुढे होत मी त्याचा आत्मा ताब्यात घेणार आहे.''

''त्याला केवळ पवित्र बाबींमध्ये स्वारस्य असल्यामुळे तो तुझ्याकडे लक्षच देणार नाही,'' त्याचा जोडीदार म्हणाला.

मात्र देवदूत गॅब्रिएलचा पोशाख धारण करत तो अत्यंत कावेबाज, धूर्त, दुष्ट त्या माणसासमोर उभा राहिला.

''मी तुझी मदत करायला आलो आहे,'' तो म्हणाला.

''कदाचित तुम्ही मला कोणीतरी वेगळंच समजला असाल, असं मला वाटतं,'' त्या पवित्र माणसाने उत्तर दिलं. ''देवदूताने मला येऊन भेटावं असं मी माझ्या आयुष्यात कधीच काही केलेलं नाही.''

इतकं बोलून तो माणूस तिथून निघून गेला. आपण कोणता धोका टाळला आहे याचीसुद्धा त्याला जाणीव नव्हती.

पत्रकार ॲन्जेला पोन्तुअल एकदा ब्रॉडवे इथे एक कार्यक्रम पाहायला गेल्या. मध्यंतरात त्या व्हिस्की पिण्यासाठी बारमध्ये गेल्या. तिथे लोकांची चांगलीच गर्दी होती. सगळे धूम्रपान करत होते, गप्पा मारत होते, मद्यपान करत होते.

पिॲनोवादक जरी वादन करत असला, तरी कुणाचंही त्याच्याकडे लक्ष नव्हतं. मद्याचे घोट घेत पोन्तुअल पिॲनोवादन ऐकू लागल्या. पिॲनोवादकाला पैसे मिळत असल्यामुळेच तो वादन करत होता, नाही तर त्यालाही कंटाळा आल्याचं स्पष्ट दिसत होतं. कधी एकदा मध्यंतर संपतं, असं त्याला झालं हातं. व्हिस्कीचा तिसरा पेग घेताना त्या उठून पिॲनोवादकाकडे गेल्या. चालताना त्या थोड्याशा अडखळत होत्या. त्या गुरकावून म्हणाल्या –

''मूर्ख आहेस की काय? तुला जे वाजवायची इच्छा आहे, ते तू का वाजवत नाहीस.''

पिॲनोवादकाने त्यांच्याकडे आश्चर्याने पाहिलं. त्याने क्षणभरही न दवडता त्याच्या आवडीचं संगीत वाजवायला सुरुवात केली. अल्पावधीतच सगळीकडे शांतता झाली. त्याचं वादन संपल्यावर सगळ्यांनी टाळ्यांचा कडकडाट करत त्याचं कौतुक केलं.

पाउलो कोएलो

अस्सिसी इथल्या संत फ्रान्सिस यांनी सर्वसंग परित्याग करत कार्य करायचा निर्णय घेतला तेव्हा ते अतिशय लोकप्रिय तरुण होते. अस्सिसी इथल्या संत क्लेअर यांनी धर्माचरणाची शपथ घेतली तेव्हा त्याही सुंदर तरुणी होत्या. या जगातून अंग काढून घेणारे संत रेमन लल हे आपल्या काळातल्या महान बुद्धिवंतांपैकी एक होते.

आध्यात्मिक शोध हे एक आव्हान असतं. समस्यांपासून सुटका करून घेण्यासाठी जो कोणी त्याचा वापर करू पाहतो, तो कधीच फारसा दूरवर पोहोचू शकत नाही.

मित्रच नसलेल्या व्यक्तीने या जगातून अंग काढून घेण्यात काही अर्थ नाही. उपजीविका करण्यासाठी पैसे मिळवणं शक्य नसल्यामुळे दारिद्र्याची शपथ घेण्यात काही अर्थ नाही. भेकड असल्यामुळे नम्रता धारण करण्यात काही अर्थ नाही.

एखादी गोष्ट नसणं आणि ज्यांच्याकडे ती आहे त्यांचा तिरस्कार करणं ही वेगळी बाब आहे. एखाद्या षंढाने पावित्र्याच्या गप्पा मारणं सोपं आहे, पण त्याला काय किंमत असणार?

गुरू म्हणतात –

‘‘ईश्वराच्या कार्याचं कौतुक करा. या जगात जगत असताना स्वतःवर विजय मिळवायला शिका.’’

कठीण असणं किती सोपं असतं. इतरांना टाळलं की वेदना टाळता येतील, प्रेमात पडायची जोखीम कधीच घ्यावी लागणार नाही, निराश होण्याची वेळ येणार नाही, स्वप्नांचा चुराडा झाल्याचा पाहण्याची वेळ येणार नाही, इतरांना टाळलं की हे सगळं शक्य होईल.

कठीण असणं किती सोपं असतं. जे फोन करायला हवेत त्यांच्याकडे लक्ष द्यायची गरज नाही, तुमची मदत मागणाऱ्यांकडे लक्ष द्यायची गरज नाही. जी धर्मादाय कृत्यं तुम्ही करायला हवीत त्यांच्याकडे लक्ष द्यायची गरज नाही.

कठीण असणं किती सोपं असतं. तुम्ही हस्तिदंती मनोऱ्यात राहत असल्याचा बहाणा करा. कधीही एकही अश्रू न ढाळण्याचा बहाणा करा. उर्वरित अस्तित्व एखादी भूमिका निभावत घालवलंत की झालं.

कठीण असणं किती सोपं असतं. आयुष्यातल्या सर्व उत्तम गोष्टी सोडून दिल्या की झालं.

आपल्या डॉक्टरांकडे वळत रुग्णाने विचारलं – ''डॉक्टर, माझ्या आयुष्यावर भीतीचा अतोनात पगडा असल्यामुळे मला जगण्याचा आनंदच घेता येत नाही.''

त्यावर डॉक्टरांनी उत्तर दिलं –

''माझ्या कन्सल्टिंग रूममध्ये एक उंदीर आहे. माझी पुस्तकं कुरतडतो तो. मला जेव्हा त्या उंदराचा भयंकर संताप येतो, तेव्हा तो माझ्यापासून दडून राहतो. त्याला शोधण्यात मी सगळा वेळ वाया घालवतो. मी एक उपाय केला आहे. माझी महत्त्वाची पुस्तकं सुरक्षित ठिकाणी ठेवली आहेत. बस म्हणावं बाकीची पुस्तकं कुरतडत. त्यामुळे आता तो उंदरासारखाच वागतो, राक्षसासारखा वागत नाही. काही गोष्टींना घाबरा आणि त्यावर तुमची भीती केंद्रित करा, जेणेकरून इतर सर्व ठिकाणी तुम्ही धिटाईने वागू शकाल.''

पाउलो कोएलो

गुरू म्हणाले –

"आपल्यावर कोणी प्रेम करण्यापेक्षा आपण कोणावर प्रेम करणं हे सहसा अधिक सोपं असतं."

इतरांची मदत आणि आधार स्वीकारणं आपल्याला कठीण जातं. मात्र, आपण कोणावर अवलंबून नाही, असं दाखवण्याच्या प्रयत्नात आपल्यावरचं प्रेम दाखवण्याची इतर कोणाचीतरी संधी गमावली जाते, हे लक्षात घ्या.

पालक त्यांच्या मुलांना लहानपणी प्रेम आणि आधार देतात. तेच पालक जेव्हा वृद्ध होतात तेव्हा तेच प्रेम आणि आधार देण्याची संधी ते आपल्या मुलांना देत नाहीत. नशीब जेव्हा आपली चुणूक दाखवतं, तेव्हा कित्येक पती किंवा पत्नींना आपल्या जोडीदारावर अवलंबून राहावं लागतं आणि त्याची लाज वाटू लागते. यामुळे प्रेमजल पसरण्यापासून थांबतं.

आपल्या सोबतच्या माणसांकडून ज्या प्रेमळ कृती केल्या जातात, त्यांचा आपण स्वीकार करायला हवा. इतरांना आपल्याला मदत करायला, पाठिंबा द्यायला, पुढे जाण्यासाठी सामर्थ्य द्यायला, आपण अनुमती द्यायला हवी.

या प्रेमाचा स्वीकार आपण मोकळ्या मनाने आणि नम्रतेने केला, तर प्रेम म्हणजे देवाणघेवाण नसून वाटून घेणं आहे हे आपल्या लक्षात येईल.

स्वर्गाच्या बगिचात इव्ह फेरफटका मारत असताना साप तिच्या समोर आला.

''हे सफरचंद खा,'' त्याने म्हटलं.

ईश्वराने प्रशिक्षित केलेल्या इव्हने नकार दिला.

साप पुन्हा म्हणाला, ''हे सफरचंद खा, कारण तुझ्या आयुष्यातल्या पुरुषासाठी तू सुंदर दिसण्याची गरज आहे.''

''नाही, मला तशी गरज नाही,'' इव्हने उत्तर दिलं.

''त्याच्याजवळ माझ्याशिवाय इतर कोणी स्त्री नाहीच.''

साप हसला.

''आहे तर, आहे तर!''

इव्हचा त्याच्यावर विश्वास बसेना. तो तिला टेकडीच्या माथ्यावर घेऊन गेला. तिथे एक विहीर होती.

तो म्हणाला, ''या गुहेत आहे ती. ॲडमने तिला इथं दडवलंय.''

इव्हने गुहेत डोकावून पाहिलं. विहिरीतल्या पाण्यात तिला एका सुंदर स्त्रीचं प्रतिबिंब दिसलं. क्षणही न गमावता तिने सापाने देऊ केलेलं सफरचंद खाल्लं.

'ह्रदयाला पत्र' या अनामिकाकडून लिहिलेल्या पत्राचा काही भाग –

''प्रिय ह्रदया, मी कधीही तुझा तिरस्कार करणार नाही, तुझ्यावर टीका करणार नाही किंवा तुझ्या शब्दांची लाज वाटून घेणार नाही. तू ईश्वराच्या लाडक्या लेकांपैकी एक असून ईश्वर तुला प्रेमाच्या झगझगीत प्रकाशात लपेटून ठेवतो, हे मला ठाऊक आहे.

''प्रिय ह्रदया, माझा तुझ्यावर विश्वास आहे. मी तुझ्या बाजूने आहे. आशीर्वादांनी तुझ्यावर वर्षाव करावा, ज्या मदतीची आणि आधाराची तुला आवश्यकता आहे तो तुला सदैव गवसावा, अशी मी प्रार्थना करेन.

''प्रिय ह्रदया, तुझ्या प्रेमावर माझा विश्वास आहे. ज्यांना आवश्यकता आहे आणि जे पात्र आहेत, त्या सर्वांबरोबर तू ते प्रेम वाटशील अशी मला खात्री आहे. माझा मार्ग हा तुझा मार्ग होऊ दे. आपण मिळून पवित्र चैतन्याच्या दिशेने वाटचाल करू या.

''मी तुला एक मागणं मागतो – कृपा करून माझ्यावर विश्वास ठेव. माझं तुझ्यावर प्रेम आहे हे लक्षात घे. माझ्या छातीत तुला जर आनंदाने

धडधडत राहायचं असेल, तर जे स्वातंत्र्य आवश्यक आहे ते तुला देण्याचा मी प्रयत्न करत आहे, हे जाणून घे. तुझ्या भोवतालच्या माझ्या अस्तित्वाचा तुला कधीही त्रास होऊ नये, यासाठी मी प्रत्येक गोष्ट करेन.''

गुरू म्हणतात –

“आपण कृती करण्याचा निर्णय घेतो, तेव्हा अनपेक्षितपणे संघर्ष निर्माण होणं स्वाभाविक असतं. आपण विद्ध होणंसुद्धा स्वाभाविक असतं.”

जखमा भरतात, व्रण उरतात, पण ते भल्यासाठीच असतात. हे व्रण आपल्या उर्वरित आयुष्यात आपल्याबरोबरच राहतात, आपल्याला खूप मदत करतात. कधीतरी, काही कारणास्तव, स्वार्थ किंवा इतर गोष्टींमुळे भूतकाळाची ओढ जर फार तीव्र झाली, तर या व्रणांकडे एक नजर टाकली तरी पुरते.

हातकड्यांच्या खुणा या व्रणांतून आपल्याला दिसतात. तुरुंगातल्या भयावह स्थितीचं स्मरण त्यातून आपल्याला होतं. त्यानंतर आपण सरळ चालत राहतो.

कोरिनथियन्स यांना उद्देशून असलेल्या एपिस्टलमध्ये (पत्र) संत पॉल लिहितात, 'दयाळूपणा हा प्रेमाच्या महत्त्वाच्या वैशिष्ट्यांपैकी एक आहे.'

प्रेम दयाळू असतं हे आपण कधीच विसरता कामा नये. ताठर आत्माच ईश्वराला त्याच्या इच्छेप्रमाणे स्वतःला घडवू देणार नाही.

स्पेनच्या उत्तर भागातल्या एका अरुंद रस्त्यावरून प्रवासी चालत होता. बगिचात पहुडलेला एक स्थानिक त्याला दिसला.

प्रवाशाने विचारलं, ''फुलं तोडताय का?''

'नाही,' त्या माणसाने उत्तर दिलं. ''फुलांचा दयाळूपणा स्वतःत थोडासा सामावून घेण्याचा प्रयत्न करत आहे.''

गुरू म्हणतात –

"रोज प्रार्थना करा. तुम्ही जर शब्दांचा वापर केला नाहीत, कुठलंही मागणं मागितलं नाहीत, आपण का प्रार्थना करत आहोत याची तुम्हाला कल्पना नसेल, तरीसुद्धा प्रार्थनेची सवय जोपासा. सुरुवातीला ते कठीण गेलं तर स्वतःला म्हणा – 'या आठवड्यात मी रोज प्रार्थना करणार आहे.' हे वचन दर सात दिवसांनी स्वतःला परत परत द्या."

प्रार्थना करण्यातून तुम्ही आध्यात्मिक जगताशी एक घनिष्ठ जोड निर्माण करता आणि स्वतःच्या इच्छाशक्तीलाही प्रशिक्षित करता. अशा सरावांतूनच आयुष्यातल्या खऱ्या युद्धासाठी आवश्यक असणाऱ्या शिस्तीचा विकास होतो.

आपलं वचन विसरून दुसऱ्या दिवशी दोनदा प्रार्थना करण्यात अर्थ नाही. एखाद्या दिवशी सातदा प्रार्थना करायची आणि 'केलं आपण आपलं काम', या विचारात पुढचा आठवडा घालवायचा, हेही योग्य नाही.

काही गोष्टी या ठरावीक गतीने आणि ठरावीक तालावरच घडाव्या लागतात.

एकदा एका वाईट माणसाचा मृत्यू होतो. नरकाच्या द्वाराशी एक देवदूत त्याचं स्वागत करतो. देवदूत त्याला म्हणतो –

''आयुष्यात तू एकच गोष्ट चांगली केली आहेस, तीच गोष्ट तुला वाचवणार आहे.''

त्या माणसाने उत्तर दिलं – ''मी कधीच कुठलं चांगलं कृत्य केलेलं नाही.''

''जरा आठवून बघ,'' देवदूताने म्हटलं.

त्या माणसाला आठवलं. एकदा जंगलातून चालत असताना त्याला वाटेवर एक कोळी दिसला होता. तो कोळी आपल्या पायाखाली चिरडला जाऊ नये म्हणून तो माणूस त्याला अर्धी प्रदक्षिणा घालून मगच पुढे झाला होता.

ही आठवण ऐकून देवदूताला हसू आलं. कोळ्याचा धागा स्वर्गातून खाली आला, त्यावरून तो माणूस आता स्वर्गात पोहोचू शकणार होता. मात्र, इतर तिरस्करणीय पुरुषांनी चढायला सुरुवात करताच, तो धागा तुटेल या भीतीने तो माणूस वळला आणि इतरांना खाली ढकलू लागला.

खरोखरंच त्या क्षणी धागा तुटला आणि तो माणूस नरकात जाऊन कोसळला.

त्याच्या कानांवर देवदूताचे शब्द पडले, ''अरे अरे, किती ही लाजिरवाणी गोष्ट. आयुष्यात तू जी एकमेव चांगली गोष्ट केली होतीस, ती तुझ्या स्वार्थापायी वाईट कृत्यात बदलली.''

गुरू म्हणतात –

''रस्ते जिथे एकमेकांना छेदतात त्या जागा पवित्र असतात. तिथेच यात्रेकरूला निर्णय घ्यावा लागतो. म्हणूनच देव त्या छेदणाऱ्या रस्त्यांवर झोपतात आणि अन्न ग्रहण करतात.''

जिथे जिथे मार्ग छेदतात तिथे तिथे दोन शक्तिशाली ऊर्जा एकत्र येतात. एक मार्ग निवडला जातो, एक त्यागला जातो. दोन्हींचं रूपांतर साध्या मार्गांत होतं, मात्र केवळ अल्पावधीसाठी.

दुभंगणाऱ्या रस्त्यांवर राहणाऱ्या देवांशी यात्रेकरू सल्लामसलतही करू शकतो, तिथे विश्रांती घेऊ शकतो, थोडी झोप काढू शकतो. त्या जागेवर कुणीच कायमस्वरूपी राहू शकत नाही. एकदा निवड केली की, यात्रेकरूला पुढे जावंच लागतं. न स्वीकारलेल्या मार्गाचा विचार त्याने कधीही करायचा नसतो.

तसा जर त्याने केला, तर ते छेदणारे रस्ते हे शाप ठरतात.

सत्याच्या नावाखाली मानवजातीने अत्यंत वाईट गुन्हे केले आहेत. स्त्री-पुरुषांना जाळण्यात आलं आहे. संपूर्ण नागरी संस्कृती नष्ट करण्यात आली आहे.

ज्यांनी लैंगिक गुन्हे केले, त्यांना बहिष्कृत करण्यात आलं. ज्यांनी वेगळा मार्ग निवडला, त्यांना बाजूला सारण्यात आलं.

'सत्य' या नावाखाली एकाला सुळावर चढवण्यात आलं, मृत्यूपूर्वी त्याने सत्याची विलक्षण व्याख्या केली.

आपल्याला अनिश्चितता देणारं असं ते काही नाही.

आपल्याला गंभीर विचार प्रदान करणारं असं ते काही नाही.

आपल्याला इतरांपेक्षा अधिक चांगलं करणारं असं ते काही नाही.

आपल्या पूर्वग्रहांच्या तुरुंगात आपल्याला बंदिस्त ठेवणारं असं ते काही नाही.

जे आपल्याला मुक्त करतं ते सत्य असतं.

''सत्य जाणा,'' ईश्वर म्हणाला, ''आणि ते सत्य तुम्हाला मुक्त करेल.''

सेटिस मठातल्या भिक्षूंपैकी एकाने फार मोठी चूक केली. त्याबद्दल न्यायनिवाडा करण्याकरता सर्वांत सूज्ञ संन्याशाला पाचारण करण्यात आलं.

त्या संन्याशाने यायला नकार दिला. इतर भिक्षूंनी आग्रह धरल्याने सरतेशेवटी तो आला. आधी त्याने एक बादली घेऊन तिला अनेक छिद्रं पाडली. ती रेतीने भरून घेत तो मठाच्या दिशेने निघाला.

ज्येष्ठ मठाधिपतीने ते पाहिल्यावर बादलीबद्दल विचारणा केली.

संन्याशाने उत्तर दिलं, ''मी माझ्या सहबंधूला जोखायला आलो आहे. या बादलीतून वाळू जशी भसाभसा बाहेर पडते आहे, तशी माझी पापंही बाहेर पडत आहेत; पण मी मागे बघत नसल्यामुळे, मला माझी पापं दिसू शकत नाहीत, म्हणूनच माझ्या सहयोग्याला जोखण्यासाठी मला पाचारण करण्यात आलं आहे.''

तत्क्षणी सर्व भिक्षूंनी कुठलीही शिक्षा न देण्याचा निर्णय घेतला.

पायरनिस इथल्या एका छोट्या चर्चच्या भिंतीवर असं लिहिलं होतं -

'ईश्वरा, या मेणबत्तीमुळे माझे सर्व निर्णय आणि अडचणी प्रकाशित होऊ दे.

'आग लागू दे, जेणेकरून माझ्यातला अहंकार, गर्व आणि अशुद्धता तू जाळून टाकू शकशील.

'ही एक अशी ज्योत असू दे जेणेकरून तू माझ्या हृदयाला ऊब देऊ करशील आणि प्रेम कसं करावं हे मला शिकवशील.

'तुझ्या या चर्चमध्ये मी दीर्घ काळ राहू शकत नाही; पण ही मेणबत्ती इथे ठेवून जाताना माझ्यातला छोटासा भागसुद्धा मी ठेवून जात आहे. मी आज जे जे काही करेन ते करताना माझी प्रार्थना प्रदीर्घ व्हावी, यासाठी मला मदत कर. तथास्तु!'

पाउलो कोएलो

प्रवाशाच्या मित्राने नेपाळमधल्या एका मठात काही आठवडे राहण्याचा निर्णय घेतला. एके दुपारी मठातल्या अनेक मंदिरांपैकी एकात तो जाऊन पोहोचला. तिथल्या धर्मवेदीवर बसून एक भिक्षू हसत असल्याचं त्याला दिसलं.

त्याने भिक्षूला विचारलं, "तू का हसतो आहेस?"

"अरे, केळ म्हणजे काय याचा अर्थ नेमकाच समजला आहे मला," असं म्हणत भिक्षूने हातातली पिशवी उघडली. त्यातून सडकं केळ बाहेर काढत तो पुढे म्हणाला, "हे सरलेलं आयुष्य आहे, याचा योग्य वेळी पूर्णत्वाने आनंद घेण्यात आपण अपयशी ठरलो असून आता उशीर झाला आहे."

त्यानंतर त्याने आपल्या पिशवीतून केळ बाहेर काढलं जे अद्याप हिरवं होतं.

त्याने ते वर धरलं आणि पुन्हा पिशवीत टाकलं.

तो म्हणाला, "हे अद्याप आकाराला न आलेलं आयुष्य असून त्याला योग्य क्षणाची प्रतीक्षा करणं भाग आहे."

सरतेशेवटी, त्याने अगदी व्यवस्थित पिकलेलं केळ बाहेर काढलं. त्याची सालं काढून प्रवाशाच्या मित्राला त्यातला काही भाग देत तो म्हणाला -

"हा वर्तमान क्षण आहे. भीती न वाटता तो जगायला शीक."

बेबी कॉन्सुएलो सिनेमा पाहायला निघाली होती. तिचं आणि तिच्या मुलाचं तिकीट काढण्यापुरतेच पैसे तिच्याकडे होते.

तिचा मुलगा फार उत्तेजित झाला होता. आपण तिथे पोहोचलो का, असं तो सारखा विचारत होता.

त्यांना लाल सिग्नल लागला. पदपथावर बसलेला एक भिकारी तिला दिसला. तो भीक मात्र मागत नव्हता. तेवढ्यात तिला एक आवाज ऐकू आला – ''तुझ्या जवळचे सगळे पैसे दे त्याला.'' बेबीने त्या आवाजाशी वाद घालायचा प्रयत्न केला. तिने तिच्या मुलाला सिनेमा दाखवायचं वचन दिलं होतं.

''दे त्याला सगळे पैसे,'' तो आवाज परत म्हणाला.

''अर्धे पैसे देते मी त्याला. उरलेल्या अर्ध्या पैशांत माझा मुलगा सिनेमा बघेल. मी बाहेर थांबेन,'' तिने उत्तर दिलं.

पण तो आवाज चर्चा करण्याच्या मनःस्थितीत नव्हता.

''सगळे पैसे दे त्याला.''

आपण काय करत आहोत हे मुलाला समजावून सांगण्याइतका वेळ बेबीच्या हातात नव्हता. गाडी थांबवत तिने त्या भिकाऱ्याला सगळे पैसे देऊ केले.

भिकारी म्हणाला, ''ईश्वर अस्तित्वात असणार. तू त्याचा जिताजागता पुरावा आहेस. आज माझा जन्मदिवस आहे. मला अतिशय वाईट वाटत

होतं. अजूनही भीक मागावी लागते याची लाज वाटत होती. आज काही झालं तरी भीक मागायची नाही, असं मी ठरवलं होतं. ईश्वर अस्तित्वात असेल तर तो मला भेटवस्तू देईल, असाच विचार माझ्या मनात होता.''

एक यात्रेकरू एका गावातून चालत असताना सोसाट्याचं वादळ आलं. एका घराला आग लागल्याचं त्याला दिसलं.

तो त्या घराजवळ पोहोचला तेव्हा जळणाऱ्या घराच्या बैठकीच्या खोलीत बसलेला एक माणूस त्याला दिसला. आगीने त्याला चारी बाजूंनी घेरलं होतं.

यात्रेकरू ओरडला, ''अरे ए, तुझ्या घराला आग लागली आहे!''

''ठाऊक आहे मला,'' त्या माणसाने उत्तर दिलं.

''मग बाहेर का पडत नाहीस?''

''कारण, पाऊस पडत आहे,'' तो माणूस म्हणाला. ''मी जर पावसात भिजलो तर मला न्युमोनिया होईल, असं माझ्या आईने मला सांगितलं आहे.''

झाओ चाय म्हणतात -

''गरज असेल तेव्हा आपली परिस्थिती कशी बदलायची, हे ज्याला माहीत असतं तो खरा सुज्ञ.''

काही जादूई परंपरांमध्ये शिष्यांना वर्षातला एक दिवस, गरज भासल्यास आठवड्यातले दोन दिवस घरातल्या प्रत्येक गोष्टीशी संबंध प्रस्थापित करण्यात व्यतीत करावे लागतात.

प्रत्येक गोष्टीला स्पर्श करत ते मोठ्यांदा विचारतात –

''मला याची खरोखरच आवश्यकता आहे का?''

कपाटातून पुस्तकं उचलतात.

''मी हे पुन्हा वाचणार आहे का?''

जमवून ठेवलेल्या वेगवेगळ्या स्मरणिकांकडे ते पाहतात.

''हे महत्त्वाचं आहे याचं स्मरण करून देणाऱ्या क्षणाचा विचार अद्याप माझ्या मनात येतो का?''

ते आपलं कपड्यांचं कपाट उघडतात.

''गेली कित्येक वर्षं हे कपडे माझ्याकडे आहेत. हे मी कधीच घातलेले नाहीत. मला यांची गरज आहे का?''

गुरू म्हणतात –

''वस्तूंमध्ये आपली स्वतःची ऊर्जा असते. जेव्हा त्या वस्तू वापरल्या जात नाहीत तेव्हा त्या साचलेल्या पाण्याप्रमाणे – डबक्याप्रमाणे होतात. डासांना वाढण्यासाठी ती उत्तम जागा असते.

ऊर्जेला मुक्तपणे प्रवाहित राहू देण्यासाठी तुम्हाला नेहमी सजग राहावं लागेल. तुम्ही जर जुन्याला धरून ठेवलं, तर नव्याला स्वतःला प्रकट करायला जागाच उरणार नाही.

पेरू देशातली ही एक जुनी आख्यायिका आहे. एका शहरात प्रत्येक जण आनंदित होता. ज्याला जे आवडेल ते तो करत असे. प्रत्येकाचं इतरांशी मस्त जमत होतं. सगळे आनंदात होते. राज्यपालाची स्थिती मात्र वाईट होती. कारण नियंत्रण ठेवण्याजोगं त्याच्यासाठी कुणीच नव्हतं.

तुरुंग रिकामे होते. न्यायालयाचा वापर कधीच केला जात नव्हता. कागदाच्या तुकड्यापेक्षा व्यक्तीच्या शब्दाला अधिक मूल्य असल्यामुळे नोटरीच्या कार्यालयाला फी आकारणीतून पैसे मिळत नव्हते.

एक दिवस एका प्रिफेक्टने (मुख्य अधिकारी) शहराबाहेरच्या काही मजुरांना बोलावून घेतलं. मुख्य चौकात, मध्यभागी त्या मजुरांनी स्वतःला पडद्याआड दडवून घेतलं. बाहेरच्यांना केवळ घणांचे घाव आणि करवतीने तासणं ऐकू येत होतं.

आठवडा लोटला. राज्यपालाने सर्व नागरिकांना उद्घाटनासाठी बोलावलं. समोरचा पडदा मोठ्या थाटामाटात बाजूला करण्यात आला. समोर फाशीचा स्तंभ होता.

त्या स्तंभाचं तिथे कामच काय, असं लोकांनी विचारायला सुरुवात केली. लोकांच्या मनात अनिश्चितता आणि भीती दाटली. पूर्वी सहज बोलून सोडवता आल्या असत्या अशा गोष्टींकरता आता ते कोर्टकचेऱ्या करू लागले. पूर्वी केवळ मौखिक करारावर देवाणघेवाण होत असताना आता

मात्र त्यांनी दस्तऐवजांची नोंदणी करायला नोटरी कार्यालय गाठायला सुरुवात केली. कायद्याबद्दल मनात शंका आल्याने त्यांनी पुन्हा राज्यपालाच्या बोलण्याकडे लक्ष द्यायला सुरुवात केली.

त्या कथेनुसार, वधस्तंभाचा वापर कधीही करण्यात आला नसला, तरी सारं काही बदलण्यासाठी त्याची निव्वळ उपस्थिती पुरेशी होती.

व्हिक्टर फ्रॅन्कल हे ऑस्ट्रेलियाचे मनोविकार तज्ज्ञ होते. नाझींच्या छळछावण्यांतला आपला अनुभव त्यांनी मांडला आहे. तिथल्या अत्यंत विदारक आणि अपमानास्पद परिस्थितीत एक दिवस एका सहकैद्याने त्यांच्या कानात सांगितलं, '''आपल्या बायकांनी आपल्याला आता बघितलं तर?' त्या विचाराने माझ्या पत्नीचा विचार माझ्या मनात आला. आम्ही कैक मैल धडपडत पुढे झालो. बर्फ साचलेल्या ठिकाणावर आमचे पाय घसरत होते. आम्ही सतत एकमेकांना आधार देत होतो, गरज लागली तर एकमेकांना खेचत होतो, पुढच्या दिशेने जात होतो, तोंडातून चकार शब्द जरी काढला नसला, तरी आम्ही आपापल्या बायकोचा विचार करत आहे हे प्रत्येकाला ठाऊक होतं...

''मानवी काव्य आणि मानवी विचार यांतून व्यक्त झालेल्या सर्वांत महनीय गुपिताचा अर्थ मला त्या क्षणी समजला – *माणसाची मुक्ती ही प्रेमातून आणि प्रेमात आहे.* ज्याचं या जगात काहीच उरलं नाही, त्याला क्षणासाठी का होईना, पण सौख्यानंद कसा लाभू शकेल, हे मला समजलं. आपल्या प्रिय व्यक्तीच्या विचारात त्याला जो क्षणिक आनंद प्राप्त होऊ शकतो. पराकोटीच्या उद्ध्वस्त वातावरणात व्यक्ती जेव्हा सकारात्मक कृतीतून स्वतःला व्यक्त करू शकत नाही, जेव्हा दुःख योग्य पद्धतीने सोसणं हेच एकमेव यश तिच्या वाट्याला असतं, जेव्हा तो सन्माननीय मार्ग असतो, अशा स्थितीतली व्यक्ती आपल्या मनातल्या प्रिय व्यक्तींची आराधना करण्यातून समाधान प्राप्त करू शकते...

"माझी पत्नी जिवंत होती की नाही हे मला ठाऊक नव्हतं. ते जाणून घेण्याचा कुठलाही मार्ग माझ्या समोर नव्हता... मात्र, त्या क्षणी त्या कशातच काही अर्थ नव्हता. जाणून घेण्याची गरजच उरली नव्हती. माझ्या प्रेमाची, माझ्या विचारांची आणि माझ्या प्रिय व्यक्तीच्या प्रतिमेची ताकद, या कोणालाच कशाचाही स्पर्श होऊ शकत नव्हता. माझ्या पत्नीचा मृत्यू झाला आहे हे मला ठाऊक झालं असतं तरीसुद्धा त्या माहितीने विचलित न होऊ देता मी तिच्या प्रतिमेचाच विचार करत राहिलो असतो आणि तिच्या प्रतिमेशी मनोमन संभाषण करत राहिलो असतो. ते सारं सुस्पष्ट असतं, समाधानकारक असतं. 'हृदयावरच्या ठशागत मला बसव, मृत्यूइतकंच प्रेमसुद्धा मजबूत आहे.'"

पाउलो कोएलो

गुरू म्हणतात –

“इथून पुढे – आणि त्यानंतर शेकडो वर्षं – हे विश्व पूर्वकल्पित कल्पना धारण करणाऱ्या सर्वांवर बहिष्कार टाकणार आहे.”

पृथ्वीच्या ऊर्जेचं नूतनीकरण करण्याची गरज आहे. नव्या कल्पनांना जागा हवी. शरीर आणि आत्म्याला नवी आव्हानं हवीत. भविष्य आपल्या दारावर थाप मारत आहे. शुद्ध पूर्वग्रहावर आधारित कल्पनांव्यतिरिक्त सर्व कल्पनांना आत येऊ दिलं पाहिजे.

जे जे महत्त्वाचं आहे ते राहील, जे जे निरुपयोगी आहे ते नष्ट होईल. आपण मात्र केवळ आपलं यश जोखलं पाहिजे. इतर मानवांची स्वप्नं जोखता कामा नये.

आपल्या मार्गावर अढळ निष्ठा असण्याकरता दुसऱ्याचा मार्ग चुकीचा आहे हे सिद्ध करण्याची आवश्यकता नाही. जो कोणी असं करेल त्याचा स्वतःच्या पावलांवर विश्वास नसेल.

आपली वैयक्तिक यशोगाथा पूर्ण करणं हे ध्येय असणाऱ्या प्रदीर्घ सायकल शर्यतीसारखं जीवन आहे.

सुरुवातीला आपण सगळे एकत्र असतो, उत्साहाने मैत्रीची देवाणघेवाण करतो. शर्यत सुरू राहते. सुरुवातीच्या उत्साहाच्या जागी खरी आव्हानं येतात. थकवा, कंटाळा, साशंकता डोकं वर काढू लागते. आपल्या काही मित्रांनी हार मानल्याचं आपल्याला दिसतं. केवळ रस्त्याच्या मधोमध थांबता येत नाही, म्हणून आता ते सायकल चालवत असतात. काही जण आधारासाठी असलेल्या व्हॅनच्या जोडीने सायकल चालवतात. गप्पागोष्टी करतात, त्यांचे पाय केवळ पेडल मारतात.

पाहता पाहता ते नजरेआड होतात. आता आपण एकटे पडतो. प्रत्येक अपरिचित वळणावर आपल्यासाठी काही ना काही आश्चर्य असतं. सायकल आता कुरकुर करू लागते ते वेगळंच.

'हे सगळं करायची गरज तरी आहे का,' असं आपण स्वतःलाच शेवटी विचारतो.

तेच ते. फक्त माघार घेऊ नका.

पाउलो कोएलो

अरेबियाच्या वाळवंटातून गुरू आणि शिष्य प्रवास करत असतात. त्या प्रवासातल्या प्रत्येक क्षणाचा सदुपयोग करत गुरू आपल्या शिष्याला श्रद्धेबद्दल शिकवण देतात.

गुरू म्हणतात, ''सारं काही ईश्वरावर सोपव. ईश्वर आपल्या मुलांना कधीही सोडून देत नाही.''

रात्री ते तंबू ठोकतात. घोड्यांना जवळपासच्या खडकाला बांधून टाक, असं गुरू शिष्याला सांगतात. शिष्य दगडांशी जातो. तेवढ्यात त्याला गुरूची शिकवण आठवते. त्याच्या मनात येतं, ''ते माझी परीक्षा घेत आहेत. हे घोडे मी ईश्वराला सुपूर्द करायला हवेत.'' मग तो घोड्यांना न बांधता मोकळंच ठेवतो.

सकाळी उठून पाहतो तर काय, घोडे पळून गेलेले असतात. संतापून तो आपल्या गुरूसमोर जातो.

तो म्हणतो, ''या ईश्वराबद्दल तुम्हाला काही ठाऊक नाही. मी ते घोडे त्याच्या ताब्यात दिले, गेले की घोडे पळून.''

''ईश्वराला घोड्यांकडे लक्ष द्यायचं होतं,'' गुरू बोलू लागतात, ''पण ते करण्यासाठी ते घोडे दगडाला सुरक्षितपणे बांधून ठेवायला हवे होते आणि त्यासाठी त्याला तुझ्या हातांची गरज होती.''

“कदाचित नरकातून आत्म्यांना वाचवण्यासाठी ईश्वराने त्याच्या काही प्रेषितांना पाठवलं असावं,” जॉन म्हणाले. “अद्याप तरी तिथे सारं काही गमावलेलं नाही.”

या कल्पनेने प्रवाशाला नवल वाटलं. जॉन हे लॉस एंजेलिसमध्ये अग्निशमन कर्मचारी होते. तो त्यांच्या सुट्टीचा दिवस होता.

प्रवाशाने विचारलं, “असं का म्हणता तुम्ही?”

“नरक कसा असतो हे मला ठाऊक आहे. इथे पृथ्वीवर अनुभव घेतला आहे मी त्याचा. जळणाऱ्या इमारतींमध्ये मी जातो. सुटकेसाठी धडपडणाऱ्या लोकांना मी पाहतो. त्यांना वाचवण्यासाठी कित्येकदा मी स्वतःचा जीव धोक्यात घातला आहे. या अफाट विश्वात मी केवळ अल्पसा बिंदू मात्र आहे. समोर येणाऱ्या अनेक नरकांमध्ये एखाद्या नायकासारखं वागणं मला भाग पडतं. खरं म्हणजे मी कुणीच नाही, पण मीसुद्धा असं काहीतरी करू शकतो. येशू काय काय करू शकेल याची कल्पना करून पहा. नक्कीच, त्याचे काही प्रेषित नरकामध्ये आत्म्यांना वाचवण्यासाठी पोहोचलेले असणार.”

गुरू म्हणाले –

“अनेक आदिम जमातींमध्ये मृत व्यक्तीला गर्भस्थितीत (पाय पोटाशी घेऊन) पुरण्याची पद्धत होती. ‘त्यांचा आता दुसरा जन्म होत असल्याने ते या जगात आले तेव्हा ज्या स्थितीत होते त्याच स्थितीत आम्ही त्यांना ठेवत आहोत,’ असं ते म्हणत. त्या संस्कृती सातत्याने रूपांतरणाच्या आश्चर्याशी संपर्कात होत्या. विश्वाच्या प्रदीर्घ रस्त्यावर मृत्यू हे केवळ एक पाऊल होतं.”

मृत्यूची ही सौम्य प्रतिमा जगातून टप्प्याटप्प्याने नाहीशी झाली, आपण काय विचार करतो, कोणती कृती करतो किंवा कशावर विश्वास ठेवतो यात काही अर्थ नाही – एक दिवस आपण प्रत्येक जण मरणार आहोत.

जुन्या याकुई भारतीयांचा दृष्टिकोन स्वीकारणं सर्वोत्तम ठरेल. मृत्यूकडे समुदपेशक म्हणून पहा. स्वतःला विचारत रहा, “मी एक दिवस मरणार आहे हे लक्षात घेता, आत्ता मी काय करायला हवं?”

आयुष्य म्हणजे सल्ला मागणं किंवा देणं नाहीच. आपल्याला जर मदतीची गरज असेल, तर लोक आपल्या समस्या कशा सोडवतात किंवा त्यात कसे अपयशी ठरतात, हे पाहणं सर्वोत्तम ठरेल.

आपला देवदूत सदैव उपस्थित असतो. कुणाच्यातरी तोंडून उमटणाऱ्या शब्दांतून तो आपल्याला उत्तर पुरवतो. सहसा, ते उत्तर अचानक येतं. त्या वेळेस आपण व्यग्र असतो, तरीसुद्धा आपण आपल्या काळजीपायी जीवनाचं आश्चर्य झाकोळू द्यायला तयार नसतो.

आपल्या देवदूताला ज्या पद्धतीने बोलायची सवय आहे तसं बोलू द्या, त्याला आवश्यकता वाटेल तेव्हा त्याला बोलू द्या.

गुरू म्हणतात -

''सल्ला हा जीवनाचा सिद्धान्त आहे, पण सराव हा फारच भिन्न असतो.''

रिओ डि जेनेरो चेरिस्मॅटिक रिन्युअल चर्चचे एक पाद्री बसने प्रवास करत होते. अचानक त्यांना आवाज आला. त्यांनी उठून उभं राहत तिथल्या तिथे येशू ख्रिस्ताचे शब्द सांगावेत असं त्यांना ऐकू आलं. ते त्या आवाजाला म्हणाले –

'''मी विचित्र आहे ' असा विचार सगळे करतील. ही काही प्रवचनाची जागा नाही.''

मात्र, त्यांनी बोलायलाच हवं असा आग्रह त्यांच्या अंतरंगाने धरला.

त्यांनी गयावया करत म्हटलं, ''हे बघा, मी खरोखरंच संकोची स्वभावाचा आहे. मला असं काहीतरी करायला लावू नका.''

अंतरात्म्यातल्या आवाजाने हट्ट धरला.

येशू ख्रिस्त जे सांगेल ते स्वीकारायचं वचन आपण दिल्याचं त्यांना आठवलं. ते उठून उभे राहिले. त्यांना अतोनात संकोच वाटत होता. तरीसुद्धा त्यांनी गॉस्पेलबद्दल बोलायला सुरुवात केली. इतर प्रवासी शांतपणे ऐकू लागले. ते प्रत्येकाकडे पाहत होते. प्रवाशांनी क्वचितच त्यांची नजर टाळली. त्यांच्या हृदयात जे जे काही साठलेलं होतं ते सारं त्यांनी व्यक्त केलं. प्रवचन संपवून ते खाली बसले.

त्या क्षणी त्यांनी कोणतं कृत्य पूर्ण केलं होतं हे त्यांना अद्याप समजलं नव्हतं, पण आपण एक कृत्य पूर्ण केलं आहे याबद्दल त्यांची खात्री होती.

एकदा एक आफ्रिकी चेटूक डॉक्टर आपल्या शिकाऊ उमेदवाराला जंगलातून घेऊन चालला होता. तो चेटूक वृद्ध असला तरी तुरूतुरू चालत होता. त्याचा शिष्य मात्र घसरत होता, धडपडत होता. पडल्यावर फसव्या जमिनीला शिव्या देत उठत होता आणि आपल्या गुरूच्या मागून पुन्हा चालत होता.

बरंच अंतर चालल्यावर ते दोघं एका पवित्र स्थानावर पोहोचले. न थांबता चेटूक डॉक्टर गर्रकन वळला आणि त्याने माघारी चालायला सुरुवात केली.

त्यांच्यामागून जाता जाता शिष्याने म्हटलं, ''आज तर तुम्ही मला काहीही शिकवलेलं नाही.'' तो पुन्हा एकदा धपकन पडला.

''मी शिकवलं, पण तू शिकण्यात अपयशी ठरलास असं दिसतं,'' चेटूक डॉक्टरने उत्तर दिलं. ''आपण आयुष्यात ज्या चुका करतो त्यांचा सामना कसा करायचा हे तुला शिकवायचा मी प्रयत्न करतो आहे.''

''कसा करायचा त्याचा सामना मी?''

''पडल्यावर तू जे काही करायला हवं, अगदी तसाच,'' चेटूक डॉक्टर बोलू लागला. ''पडल्यावर तू शिव्याशाप देतोस. त्याऐवजी कशामुळे पडलास याकडे जरा लक्ष दे.''

एका संध्याकाळी वरिष्ठ मठाधिपती सेटिस मठाला भेट द्यायला गेले होते. त्यांना भेटायला एक संन्यासी आले.

संन्यासी म्हणाले, ''मला मार्गदर्शन कसं करावं हे माझ्या आध्यात्मिक सल्लागारांना ठाऊक नाही. मी त्यांना सोडून जाऊ का?'' संन्याशाने विचारलं.

वरिष्ठ मठाधिपती काहीच बोलले नाहीत. संन्यासी आपल्या वाळवंटाकडे परतला. आठवडाभराने त्याने पुन्हा वरिष्ठ मठाधिपतींना भेट दिली.

''मला मार्गदर्शन कसं करावं हे माझ्या आध्यात्मिक सल्लागारांना ठाऊक नाही.'' त्याने पुन्हा म्हटलं. ''मी त्यांना सोडून जाण्याचा निर्णय घेतला आहे.''

''हे सुज्ञ शब्द आहेत,'' उच्च मठाधिपती बोलू लागले. ''आपला आत्मा संतुष्ट नाही, हे समजल्यावर माणूस सल्ला विचारत नाही. या जीवनातून होणारा प्रवास योग्य पद्धतीने राखण्यासाठी तो आवश्यक निर्णय घेतो.''

एकदा एक तरुण स्त्री प्रवाशाकडे जाऊन म्हणाली –

''मी तुम्हाला काही सांगू इच्छिते. उपचार करण्याचं सामर्थ्य माझ्यात आहे असा माझा नेहमी विश्वास होता; पण तसं करून पाहण्याचं धैर्य माझ्यात कधीच नव्हतं. अचानक एके दिवशी माझ्या नवऱ्याच्या डाव्या पायात तीव्र वेदना जाणवू लागल्या. मदतीला आसपास कोणीच नव्हतं. त्याच्या पायावर हात ठेवत वेदना निघून जाण्यासाठी प्रार्थना करावी असं मी ठरवलं. मला फारच संकोच वाटत होता.

''त्याला मदत करणं मला शक्य आहे यावर खरोखरच विश्वास ठेवत मी ते केलं. तेवढ्यात मला त्याची प्रार्थना ऐकू आली, 'ईश्वरा, माझ्या पत्नीला तुझ्या प्रकाशाचा आणि सामर्थ्याचा दूत होऊ दे.' माझ्या हातांना ऊब जाणवू लागली आणि त्याच्या वेदनेचं पटकन हरण झालं.''

''माझ्या नवऱ्याने तशी प्रार्थना का केली,'' असं मी त्याला विचारलं. ''माझा आत्मविश्वास वाढवण्यासाठी,'' असं उत्तर त्याने दिलं. त्या शब्दांचे मी आभार मानते, कारण आता मी उपचारक म्हणून काम करू शकते.

सिराकुझ इथल्या जुलमी अशा पहिल्या दायोनिसियसची कृपा होण्यासाठी ॲरिस्टीप्पस हे तत्त्वज्ञ प्रयत्न करत होते.

डायोजिनस स्वतःसाठी डाळीचा काहीतरी पदार्थ रांधत असल्याचं एका संध्याकाळी त्यांना दिसलं.

''तुम्ही जर दायोनिसियससमोर झुकला असता, तर तुमच्यावर डाळ खाण्याची वेळ आली नसती,'' ॲरिस्टीप्पसने म्हटलं.

''तुम्ही जर डाळ खाऊ शकलात तर तुम्हाला दायोनिसियससमोर झुकायची गरज नाही,'' डायोजिनसने ठामपणे म्हटलं.

गुरू म्हणतात -

''प्रत्येक बाबीचं मूल्य असतं हे जरी खरं असलं, तरी ते सापेक्ष असतं. आपण जेव्हा आपल्या स्वप्नांचा पाठपुरावा करतो, तेव्हा आपण गरीब, दुःखी जीव असल्याचं इतरांचं मत होऊ शकतं, इतर काय विचार करतात यात काही अर्थ नाही. आपल्या हृदयातला आनंद तेवढा खरा.''

टर्कीमध्ये राहणाऱ्या एका माणसाने पर्शियामधल्या एका महान गुरूबद्दल ऐकलं.

क्षणाचाही वेळ न गमवता त्याने आपल्या सर्व चीजवस्तू विकल्या. कुटुंबाचा निरोप घेतला आणि तो सुज्ञतेच्या शोधात निघाला.

कैक वर्षं प्रवास केल्यानंतर ते महान गुरू राहत असलेल्या ठिकाणी तो पोहोचला. मनात अतोनात भीती आणि आदर घेऊन तो पुढे झाला. त्याने महागुरूचं दार ठोठावलं.

महागुरूने दार उघडलं.

तो माणूस म्हणाला, ''मी टर्कीहून इथे आलो आहे. तुम्हाला केवळ एक प्रश्न विचारण्यासाठी मी एवढ्या दूरवरचा प्रवास केला.''

त्या वृद्ध गृहस्थाने त्याच्याकडे आश्चर्याने पाहत विचारलं –

''ठीक आहे. तो एकच प्रश्न काय आहे तो तुम्ही विचारू शकता.''

''मी जे विचारणार आहे त्याबद्दल मला अगदी सुस्पष्ट राहायचं आहे. मी तो प्रश्न टर्की भाषेत विचारू शकतो का?''

महागुरू म्हणाले, ‘‘विचारू शकता, पण आता तुमच्या एका प्रश्नाचं उत्तर मी दिलेलं आहे, तुम्हाला आणखी काही जाणायचं असेल तर स्वतःच्या हृदयाला विचारा, तेच तुम्हाला उत्तर देईल,’’ इतकं बोलून महागुरूने दार लावून घेतलं.

महागुरू म्हणतात -

"शब्द हे सामर्थ्य आहे. शब्द या जगाचं आणि मानवतेचं रूपांतरण करतात."

आपल्याला सांगण्यात आलं आहे - "आपल्या आयुष्यातल्या चांगल्या गोष्टीबद्दल बोलू नका, कारण लोकांच्या असूयेमुळे तुमच्या आनंदाचा विनाश होईल."

असं मुळीच नाही. आयुष्यातले जेते त्यांच्या जीवनात घडलेल्या आश्चर्यांबद्दल अभिमानाने बोलतात. तुम्ही जर तुमच्याकडून सकारात्मक ऊर्जा प्रसरित केली, तर ती अधिक सकारात्मक ऊर्जा आकर्षित करून घेईल आणि जे तुमच्यावर खरोखरंच प्रेम करतात, त्यांच्या आयुष्यात सौख्य निर्माण करेल. जे असूया करतात, जे पराजित असतात, ते तुम्हाला इजा करू शकतील, तुम्ही तशी करू दिलीत तर आणि तरंच.

घाबरू नका. ज्यांना ऐकायची इच्छा आहे, त्यांना तुमच्या आयुष्यातल्या चांगल्या गोष्टी सांगा. तुमच्या सौख्याची या जगाच्या आत्म्याला नितांत आवश्यकता आहे.

स्पेनच्या एका राजाला आपल्या वंशावळीचा अतिशय अभिमान होता. दुर्बलांप्रति त्याचे वंशज अत्यंत क्रौर्याने वागत. एक दिवस तो आपल्या लवाजम्यासह ॲरॅगॉनच्या शेतात जात होता. अनेक वर्षांपूर्वी तिथेच त्याचे वडील युद्ध हरले होते.

हाडांच्या भल्या मोठ्या ढिगात एक संतपुरुष काहीतरी शोधत असल्याचं त्याला दिसलं.

राजाने विचारलं, ''काय करत आहात इथे?''

संत म्हणाले, ''महाराजांचा विजय असो. स्पेनचे महाराज इथे येत आहेत, हे ऐकल्यावर तुमच्या पित्याची हाडं शोधून ती तुम्हाला द्यावीत असं मी ठरवलं. कितीही शोधलं तरी मला ती सापडतंच नाहीत. शेतकरी, गरीब, भिकारी आणि गुलाम यांच्याच हाडांसारखी आहेत ती.''

पाउलो कोएलो

'द नीग्रो स्पीच ऑफ रिव्हर्स' – लॅन्गस्टन ह्यूजेस

(नद्यांबद्दल कृष्णवर्णीयांचे विचार)

मी नद्यांना ओळखतो –

या जगाइतक्याच पुरातन असलेल्या नद्यांना मी ओळखतो,

मानवाच्या धमन्यांमधून वाहणाऱ्या मानवी रक्ताहून वृद्ध

नद्यांना मी ओळखतो.

नद्यांप्रमाणेच माझा आत्मा खोल झाला आहे.

पहाट जेव्हा तरुण होती तेव्हा युफ्रेटिसमध्ये मी डुंबलो आहे.

कांगोच्या शेजारी मी झोपडी बांधली होती, तिने मला अंगाई गायली आहे.

नाईलकडे पाहत मी उंच पिरॅमिड बांधले आहेत.

एब लिंकन जेव्हा न्यू आर्लियन्स इथे गेले, तेव्हा मी मिसिसिपीचं गीत ऐकलं आहे, सूर्यास्ताला तिचं चिखलट पाणी सोनेरी झालेलं, मी पाहिलं आहे.

मी नद्यांना जाणत आलो आहे –

पुरातन, गढूळलेल्या नद्या.

माझा आत्मा नद्यांइतकाच खोल झाला आहे.

“सर्वोत्तम तलवारबाजाचे गुण कोणते?” योद्ध्याने विचारलं.

गुरू म्हणाले, “मठाजवळच्या शेतात जा. तिथे तुला एक खडक दिसेल. त्याचा अपमान कर.”

“मी कशाला करू तसं?” शिष्याने विचारलं. “तो खडक काही मला उत्तर देणार नाही.”

“मग तुझ्या तलवारीने त्यावर घाव घाल,” गुरूने म्हटलं.

“मी तसंही करणार नाही,” शिष्याने उत्तर दिलं. “माझी तलवार मोडेल. मी जर हाताने हल्ला केला, तर माझी बोटं दुखावली जातील. त्यातून साध्य काहीही होणार नाही. उत्तम तलवारबाजात कोणते गुण असतात, हा प्रश्न होता माझा.”

“जो अधिकाधिक त्या खडकासारखा असतो, तो उत्तम तलवारबाज असतो,” गुरू म्हणाले. “त्याला कोणीही पराभूत करू शकत नाही, हे तो तलवार म्यानातून बाहेर न काढताही दाखवून देऊ शकतो.”

स्पेनमधल्या नवार्रा इथल्या सॅन मार्टिन दे अन्क्स इथल्या छोट्याशा खोपटात प्रवासी येऊन पोहोचला. जवळपास जमीनदोस्त झालेल्या गावातल्या रोमन धर्तीवर बांधलेल्या सुंदर चर्चची किल्ली बाळगणाऱ्या स्त्रीला त्याने शोधून काढलं. अरुंद गल्लीबोळांतून वाट काढत मोठ्या मायेने त्याला चर्चपर्यंत नेत तिने चर्चचं दार उघडलं.

मध्ययुगातल्या त्या चर्चमधला अंधार आणि शांतता याने तो प्रवासी भारावून गेला. तो त्या स्त्रीशी थोडंसं बोलला, बोलताना मध्येच म्हणाला, ''भर दुपार असूनही आतली सुंदर कलाकुसर फारशी दिसत नाही.''

तिने उत्तर दिलं, ''पहाटेच्या प्रकाशातच आतमधलं सगळं नीट दिसू शकतं. ठरलेल्या वेळेसच ईश्वर आपल्याला त्याची झळाळी दाखवतो, असं चर्चचं बांधकाम करणारे आपल्याला शिकवू इच्छित होते, अशी एक आख्यायिका आहे.''

गुरू म्हणतात –

"दोन प्रकारचे देव असतात. आपल्या शिक्षकांनी ज्यांच्याबद्दल आपल्याला शिकवलं तो देव आणि जो आपल्याला शिकवतो तो ईश्वर. लोक सहसा ज्याच्याबद्दल बोलतात, तो देव आणि जो आपल्याशी बोलतो तो ईश्वर. ज्याची आपल्याला भीती वाटते तो देव आणि जो आपल्याशी कृपेबाबत बोलतो तो ईश्वर."

दोन प्रकारचे देव असतात. उंचावर राहणारा देव आणि आपल्या दैनंदिन जीवनात सहभागी होणारा ईश्वर. आपल्याकडून देण्याची अपेक्षा करणारा देव आणि आपली ऋणं माफ करणारा ईश्वर. नरकातल्या आगींची भीती दाखवणारा देव आणि कोणता उत्तम मार्ग घ्यावा ते दाखवणारा ईश्वर.

दोन देव असतात. आपल्या अनेक दोषांसह आपल्याला चिरडून टाकणारा देव आणि आपल्या प्रेमाने आपल्याला मुक्त करणारा ईश्वर.

पाउलो कोएलो

इतकं सुंदर आणि भव्य शिल्प कसं निर्माण केलं असं कुणीतरी मायकेल एन्जेलो यांना विचारलं.

ते म्हणाले, ''अगदी सोपं आहे ते. मी माझं कार्य सुरू करण्यापूर्वीच संगमरवरातलं हे शिल्प जवळपास पूर्णच होतं. हे आधीपासूनच इथे होतं. मी फक्त त्याच्या वरवरचा भाग तेवढा छिन्नी-हातोड्याने दूर केला.''

गुरू म्हणतात -

''ज्याची निर्मिती करण्यासाठी आपली योजना झाली आहे असं कलाकार्य असतंच.''

आपल्या जीवनाचा तो मध्यबिंदू असतो. तो नाकारायचा आपण कितीही प्रयत्न केला तरी आपल्या आनंदासाठी तो किती महत्त्वाचा आहे हे आपण जाणतो. सहसा, कलेचं हे कार्य वर्षानुवर्षांची भीती, अपराधीपणा आणि अनिर्णायकता यांमुळे झाकोळलेलं असतं.

आपण जर वरचा नकोसा भाग छिन्नी-हातोड्याने दूर करायचा निर्णय घेतला, आपण आपल्या क्षमतेबद्दल साशंकता बाळगली नाही, तर जे ध्येय आपल्यावर सोपवण्यात आलेलं असतं, ते आपण पूर्ण करतो. सन्मानाने जगण्याचा तोच एकमेव मार्ग आहे.

मृत्यू समीप आलेल्या एका वृद्धाने एकदा एका तरुणाला आपल्या धाडसाची कथा ऐकवली. एका युद्धात त्याने एका माणसाला पळून जायला मदत केली होती.

त्याने त्या माणसाला आश्रय दिला, अन्न पुरवलं, संरक्षण दिलं. सुरक्षित ठिकाणी आल्यावर मात्र सोडवणूक केलेल्या त्या माणसानेच त्याचा विश्वासघात केला आणि त्याला शत्रूच्या हाती सोपवलं.

''तुम्ही सुटलात कसे तिथून?'' तरुणाने विचारलं.

''नाही सुटलो. मी तो दुसरा माणूस आहे, विश्वासघातकी,'' वृद्ध म्हणाला. ''पण मीच कथानायक असल्याप्रमाणे ही कथा सांगितल्यानंतर त्याने माझ्यासाठी जे जे काही केलं होतं ते मला अधिक चांगल्या प्रकारे समजू शकतं.''

गुरू म्हणतात –

“आपल्या सर्वांना प्रेमाची गरज असते. खाणं, पिणं आणि झोप याप्रमाणेच प्रेम हेच मानवी स्वभावाचा भाग आहे. कित्येकदा आपण सुंदर सूर्यास्त पाहत एकटेच बसतो, आपल्या मनात विचार येतो –

“हे सारं सौंदर्य ज्याच्या सोबत पाहता येईल, असं माझ्या आयुष्यात कोणीच नसल्यामुळे माझ्या लेखी या कशाचंही महत्त्व नाही.”

अशा वेळेस स्वतःला आवर्जून विचारा – ‘दुसऱ्या व्यक्तीने जेव्हा माझ्याकडे प्रेमाची मागणी केली तेव्हा किती वेळा मी पाठ फिरवली? माझं तुझ्यावर प्रेम आहे असं थेटपणे सांगायला मी किती वेळा घाबरलो?’

एकांतवासापासून जपून रहा. सर्वाधिक धोकादायक अमली पदार्थांप्रमाणेच त्याचं व्यसन लागू शकतं. तुमच्या लेखी जर सूर्यास्ताचं काही महत्त्व उरलं नसेल, तर नम्रता धारण करून प्रेमाच्या शोधात निघा. लक्षात ठेवा, इतर आध्यात्मिक जीवांप्रमाणेच तुम्ही जितकं अधिक देण्यासाठी तयार असाल, तितकं तुम्हाला अधिक प्राप्त होईल.

एकदा स्पेनचे एक धर्मप्रसारक एका बेटावर येऊन पोहोचले. तिथे त्यांच्या समोर ॲझटेक धर्माचे तीन धर्मगुरू आले.

धर्मप्रसारकाने विचारलं, ''तुम्ही प्रार्थना कशी करता?''

तिघांपैकी एक ॲझटेक म्हणाला, ''आम्हाला एकच प्रार्थना येते. आम्ही म्हणतो – ''ईश्वरा, तू तीन आहेस आणि आम्ही तीन आहोत आमच्यावर दया कर.''

धर्मप्रसारक म्हणाले, ''ईश्वर ऐकेल अशी एक प्रार्थना मी तुम्हाला शिकवणार आहे.''

त्यांनी त्यांना कॅथलिक प्रार्थना शिकवली आणि ते मार्गस्थ झाले.

काही वर्षांनी स्पेनला परतण्यापूर्वी ते पुन्हा एकदा त्याच बेटावर आले.

त्यांचं जहाज किनाऱ्याला लागत असताना त्यांना पाण्यावरून चालणारे ते तीन धर्मगुरू दिसले.

''फादर, फादर,'' त्यांतल्या एकाने त्यांना पुकारलं. ''कृपा करून ईश्वर ऐकेल अशी प्रार्थना आम्हाला पुन्हा एकदा शिकवा; कारण आम्हाला ती आठवत नाही.''

पाउलो कोएलो

समोरचं आश्चर्य पाहत धर्मगुरू म्हणाले, ''काही गरज नाही.''

ईश्वर सगळ्या भाषा बोलतो हे लक्षात घ्यायला आपण चुकलो म्हणून त्यांनी ईश्वराची करुणा भाकली.

‘आपल्या आध्यात्मिक प्रवासात आपण दृश्य स्वप्नांची आशा ठेवता कामा नये किंवा त्याच रस्त्याने प्रवास केलेल्या इतरांच्या शब्दांचं अंधानुकरण करू नये,’ हे चर्चचे सेंट जॉन आपल्याला शिकवतात. श्रद्धा हा आपल्या आधाराचा एक स्रोत असावा; कारण श्रद्धा ही नितळ आणि पारदर्शक असते, तिचा जन्म आपल्या अंतरंगात होतो आणि इतर कशाशीही तिची सांगड घालता येऊ शकत नाही.

एक लेखक एका धर्मोपदेशकाशी बोलत होते. ‘ईश्वराचा अनुभव म्हणजे काय’ असं लेखकाने विचारलं.

त्यावर धर्मोपदेशक म्हणाले – ‘‘मला नाही ठाऊक. आजवर मी फक्त ईश्वराप्रति असणाऱ्या माझ्या श्रद्धेचीच अनुभूती घेतली आहे.’’

तेच महत्त्वाचं.

गुरू म्हणतात -

''क्षमा करणं हा दुहेरी मार्ग आहे. आपण जेव्हा कोणालातरी क्षमा करतो तेव्हा आपण स्वतःलासुद्धा क्षमा करत असतो. आपण जर इतरांप्रति सहनशीलता दाखवली, तर स्वतःचे दोष स्वीकारणं आपल्याला सोपं जातं. तसं झालं तर, कुठलाही कडवटपणा किंवा अपराधी भावना न बाळगता आपण जीवनाप्रतिचा आपला दृष्टिकोन सुधारू शकतो.''

दुर्बलपणाच्या एखाद्या क्षणी आपण द्वेष, असूया आणि असहिष्णुता यांना आपल्या सभोवतालच्या वातावरणात लहरू देतो. या लहरी येऊन आपल्यालाच गिळंकृत करतात.

पीटरने येशूला विचारलं -

''प्रभू, माझ्या विरुद्ध पाप करणाऱ्या माझ्या बहीणभावांना मी क्षमा तरी किती वेळा करू? सात वेळा?''

''सात वेळा नाही तर सत्त्याहत्तर वेळा क्षमा कर.''

क्षमा करण्याच्या कृतीने सूक्ष्म प्रतलं शुद्ध होऊन आपल्याला दिव्यत्वाचा खरा प्रकाश दर्शवतात.

गुरू म्हणतात –

"पूर्वीचे गुरू त्यांच्या शिष्यांना त्यांच्या व्यक्तिमत्त्वाच्या गडद बाजूचा सामना करण्यात मदत करण्यासाठी 'व्यक्तित्व' निर्मिती करत. अशा व्यक्तित्वांच्या निर्मितींच्या अनेक कथा पुढे प्रसिद्ध परीकथा झाल्या.

प्रक्रिया अगदी सोपी आहे. तुमच्या चिंता, भीती आणि निराशा या तुमच्या डाव्या बाजूला उभ्या असलेल्या अदृश्य व्यक्तीमध्ये ठेवून द्या. ती व्यक्ती तुमच्या आयुष्यातला खलनायक म्हणून वावरते. तुम्हाला नको असलेल्या, पण शेवटी तुमच्या मनात येणाऱ्या कल्पना नेहमी सुचवते. असं व्यक्तित्व तुम्ही एकदा निर्माण केल्यावर त्याच्या सल्ल्याकडे दुर्लक्ष करणं सोपं जातं.

फार सोपी गोष्ट आहे ती, म्हणूनच ती उत्तम प्रकारे लागू पडते.

एका शिष्याने विचारलं, ''मी माझं आयुष्य सर्वोत्कृष्ट प्रकारे जगत आहे, हे मला कसं समजेल?''

गुरूने त्याला एक टेबल घडवायला सांगितलं. टेबल आता जवळपास पूर्ण तयार झालं होतं. दोनचार खिळे तेवढे ठोकायचे बाकी होते. त्या वेळी गुरू त्याच्याकडे गेले.

शिष्य खिळे ठोकण्यात मग्न झाला होता. प्रत्येक खिळा तो अचूक तीन ठोक्यांत ठोकत होता.

एक खिळा मात्र त्रास देऊ लागला. शिष्याला आणखी एकदा ठोकावं लागलं. चौथ्या ठोक्यात तो खिळा जास्ती खोल गेला आणि लाकडाला चीर पडली.

गुरू म्हणाले, ''तुझ्या हाताला तीनदा ठोकायची सवय लागली होती. कृतीवर जेव्हा सवयीचं नियंत्रण येतं, तेव्हा ती आपला अर्थ गमावून बसते आणि तिच्यापायी इजासुद्धा होऊ शकते.

''कृती ही केवळ कृती असते. गुपित केवळ एकच असतं – कृतीला कधीही आपल्या हालचालीवर नियंत्रण मिळवू देऊ नये.''

स्पेनमधल्या सोरिया या नगराजवळ एका गुहेत प्राचीन काळचं खोपटं आहे. तिथे काही वर्षांपासून एक माणूस राहत होता. सर्वसंगपरित्याग करत त्याने स्वतःला मनन-चिंतनासाठी वाहून घेतलं होतं. वसंत ऋतूतल्या एका दुपारी प्रवासी त्याला भेटायला गेला. त्या माणसाने प्रवाशाचं स्वागत अतिशय अगत्याने केलं.

जवळचा पाव दोघांनी वाटून खाल्ल्यावर त्या माणसाने प्रवाशाला ओळंबी गोळा करण्यासाठी आपल्या बरोबर जवळच्याच झऱ्यापर्यंत यायला सांगितलं.

वाटेत त्यांना एक तरुण माणूस भेटला.

तो म्हणाला, ''परमपवित्र फादर, प्रज्ञाप्रबोधन प्राप्त करण्यासाठी आपण मांस खाता कामा नये, असं मी ऐकलं आहे. ते खरं आहे का?''

त्यावर तो माणूस म्हणाला, ''आयुष्य जे काही देऊ करतं त्याचा आनंदाने स्वीकार कर. तसं केलंस तर तू स्वतःच्या चैतन्याविरुद्ध काही पापही करणार नाहीस किंवा भूमातेच्या औदार्याविरुद्ध जात निंदात्मक कृतीही करणार नाहीस.''

गुरू म्हणतात –

''प्रवास कठीण जात असेल, तर हृदयाचं सांगणं आवर्जून ऐका. स्वतःशी शक्य तेवढे प्रामाणिक व्हा आणि तुम्ही खरोखरंच आपल्या मार्गावरून जात आहात का तसंच तुमच्या स्वप्नांचं मोल चुकवत आहात का, हे पहा.''

तुम्ही जर तसं केलं आणि तरीही तुमचं आयुष्य कठीणच राहिलं तर तक्रार करायचा क्षण तुमच्या आयुष्यात आला आहे असं समजा. एखादं मूल आपल्या पित्याकडे ज्या आदराने तक्रार करेल तोच आविर्भाव बाळगा. तरीसुद्धा, थोडीशी काळजी आणि मदत द्यायची मागणी जरूर करा. ईश्वर हा माता आणि पिता आहे. पालकांना आपल्या मुलांसाठी सर्वोत्तम तेच नेहमी हवं असतं. कदाचित ते तुम्हाला अधिक अभ्यास करायला सांगत असतील, तसं ते करत असतील तर किंचितसं थांबून थोड्या आपुलकीची मागणी करण्यात काहीही चुकीचं नाही.

फार ताणू मात्र नका. योग्य वेळ येताच जॉब याने तक्रार केली. त्याचं सगळं सामान परत करण्यात आलं. अल् अफिद हा सतत प्रत्येक गोष्टीबद्दल तक्रारच करत असे, ईश्वराने त्याचं बोलणं ऐकणं थांबवलं.

स्पेनमधल्या व्हॅलेन्शिया नगरात होणाऱ्या उत्सवात एक मोठा विचित्र विधी आहे. सुतारांच्या प्राचीन समूहात त्याचं उगमस्थान आहे.

मोठाली लाकडी शिल्पं घडवण्यासाठी कलाकारांचा समूह पूर्ण वर्षभर काम करतो. उत्सवाच्या आठवड्यामध्ये ते ही सगळी शिल्पं मुख्य चौकात घेऊन जातात. लोक बाजूने जातात. थबकून काहीतरी टिप्पणी करतात. अशा क्रियाशीलतेने अवाकदेखील होतात. सेंट जोसेफ दिनी हजारो प्रेक्षकांसमोर यापैकी एक मूर्ती वगळता सर्व मूर्तींची भली मोठी शेकोटी पेटवली जाते.

गगनाला भिडणाऱ्या ज्वाळा पाहून एका इंग्लिश स्त्रीने विचारलं, ‘‘इतके कठोर परिश्रम करून नंतर हे असं वाया का घालवायचं?’’

त्यावर एका स्पॅनिश स्त्रीने उत्तर दिलं, ‘‘तूही तर एक दिवस मरणार आहे. विचार कर, कुठलातरी देवदूत ईश्वराला त्या क्षणी विचारत असेल, ‘काय हे, एवढ्या सगळ्या कष्टाचा हाच उपयोग?’’’

एका अत्यंत भाविक आणि पवित्र माणसाची संपत्ती अचानक नष्ट झाली. असं असूनही ईश्वर आपल्याला मदत करेल हे ठाऊक असल्याने त्याने प्रार्थना करायला सुरुवात केली–

''ईश्वरा, मला लॉटरीचं तिकीट लागू दे.''

पुढची अनेक वर्षं तो हीच प्रार्थना पुनःपुन्हा आळवत राहिला आणि तरीही दारिद्र्यातच जगत राहिला.

सरतेशेवटी, त्याचा मृत्यूचा दिवस येऊन ठेपला. तो अत्यंत पवित्र असल्यामुळे मृत्युपश्चात थेट स्वर्गात जाऊन पोहोचला. तिथे गेल्यावर मात्र त्याने आत जायला नकार दिला. आयुष्यभर धार्मिक शिस्तीनुसारच आपण आपलं संपूर्ण आयुष्य व्यतीत केलेलं असूनसुद्धा ईश्वराने त्याला लॉटरी जिंकून दिली नाही, असं गाऱ्हाणं त्याने मांडलं.

तो रागावून म्हणाला, ''ईश्वराची सगळी वचनं निव्वळ खोटी आहेत.''

त्यावर ईश्वराने उत्तर दिलं, ''मी तर तुला जिंकायला मदत करायला तत्पर होतो, पण मी कितीही तयार असलो तरी तू एकदासुद्धा लॉटरीचं तिकीट विकत घेतलं नाहीस.''

एकदा एक चतुर वृद्ध चिनी गृहस्थ बर्फ पडलेल्या शेतातून जात होता. तेवढ्यात त्याच्या समोर एक रडणारी स्त्री आली.

त्याने विचारलं, ''तू का रडते आहेस?''

''कारण मला माझा भूतकाळ, माझं तारुण्य, आरशात दिसणारं सुरेख प्रतिबिंब, ज्यांच्यावर मी प्रेम केलं ते पुरुष असं सगळं आठवत राहतं. ईश्वराने मला स्मृती दिली, किती हा त्याचा क्रूरपणा. मी माझ्या आयुष्याचा बहारीचा काळ आठवून रडत राहीन, हे त्याला ठाऊक होतं.''

एका विशिष्ट बिंदूवर नजर खिळवून तो चतुर माणूस तिथेच त्या बर्फाळ शेतात ठामपणे उभा राहिला. थोड्या वेळाने त्या स्त्रीने रडणं थांबवत विचारलं –

''तुम्ही कशाकडे पाहत आहात?''

''गुलाबांच्या शेताकडे,'' त्या चतुर माणसाने उत्तर दिलं. ''ईश्वराने मलासुद्धा औदार्याने स्मृती दिली आहे. हिवाळ्यात मला नेहमी बहराचा ऋतू आठवेल आणि मी हसेन हे ईश्वराला ठाऊक होतं.

पाउलो कोएलो

गुरू म्हणतात -

''स्वतःच्याच (वैयक्तिक) आख्यायिकेचा मागोवा घेणं, हे दिसतं तसं सोपं नाही; उलट तसं करण्यात धोका असू शकतो.''

आपल्याला जेव्हा काही हवं असतं तेव्हा आपण काही विशिष्ट सामर्थ्यशाली ऊर्जांना चालना देतो. त्यानंतर जीवनातल्या खऱ्या अर्थापासून आपण स्वतःला दडवून ठेवू शकत नाही.

आपल्याला जेव्हा काही हवं असतं तेव्हा त्याकरता द्यावयाच्या मूल्याची निवड आपण करत असतो.

स्वप्नाचा मागोवा घेण्याला एक मूल्य द्यावं लागतं. त्यापायी कदाचित आपल्याला आपल्या जुन्या सवयी सोडून द्याव्या लागतात, त्यापायी कदाचित आपल्या आयुष्यात अडचणी, नैराश्य किंवा इतर बाबी येऊ शकतात.

मूल्य कितीही वरचढ असलं, तरी वैयक्तिक आख्यायिकांचा मागोवा न घेणाऱ्या व्यक्तीला द्याव्या लागणाऱ्या मूल्यापेक्षा ते कधीच जास्त नसतं. ती व्यक्ती जेव्हा कधी आयुष्यात मागे वळून पाहील तेव्हा तिच्याकडून घडलेली प्रत्येक कृती तिला दिसेल. ''मी माझं आयुष्य निव्वळ वाया घालवलं'' असं तिचं हृदय म्हणत असल्याचं तिला ऐकू येईल.

माझ्यावर विश्वास ठेवा, कानांवर पडणाऱ्या अत्यंत क्रूर शब्दांपैकी हे आहेत.

पँटवरचा पट्टा दुसऱ्या बाजूने बांधायला शिक्षकांनी एक दिवस कसं सांगितलं होतं याचं वर्णन कॅरलॉस कॅस्टानेडा यांनी आपल्या एका पुस्तकात केलं आहे. ते सूचनेबरहुकूम वागले होते. आपल्या हातात शिकण्याचं एक सामर्थ्यशाली साधन आल्याबद्दल त्यांची पक्की खात्री पटली होती.

अनेक महिने उलटले. या जादूई सरावामुळे आपण पूर्वीपेक्षा अधिक भरभर शिकत असल्याचं त्यांनी शिक्षकांना सांगितलं.

ते म्हणाले, ''पट्टा उलटा बांधायला लागल्यापासून माझ्या नकारात्मक ऊर्जांचं रूपांतर मी सकारात्मक ऊर्जांमध्ये केलं आहे.''

हे ऐकून शिक्षकांना हसू कोसळलं.

''पट्टा ऊर्जेचं रूपांतरण करू शकत नाही! तू जेव्हा कधी पँट घालशील तेव्हा तू एका जादूगाराकडचा शिकाऊ उमेदवार आहेस, हे तुझ्या लक्षात राहो म्हणून मी तुला तसं सांगितलं होतं. तुझ्या पट्ट्याने नाही, तर तुझ्या सजगतेने तुझ्या विकासात मदत केली आहे.''

एका गुरूकडे शेकडो विद्यार्थी होते. ते सर्व अचूक वेळेस प्रार्थना म्हणत. एक विद्यार्थी मात्र नेहमीच मद्यधुंद असल्यामुळे प्रार्थना म्हणत नसे.

आपल्या मृत्यूच्या दिवशी गुरूने त्याला समोर बोलावत सर्व छुपी गुपितं त्याच्या समोर उघड केली.

इतर शिष्यांना संताप आला.

ते ओरडले, ''धिक्कार असो! आमचे गुण पाहण्यास अक्षम असलेल्या गुरूप्रति आम्ही स्वतःला अर्पण करून घेतलं आहे.''

त्यावर गुरू म्हणाले –

''ज्या माणसाला मी उत्तम प्रकारे जाणतो त्याच्याचकडे मला ही गुपितं सोपवायची होती. जे पुण्यवान दिसतात ते सहसा आढ्यता, गर्व आणि असहिष्णुता दडवण्याचा प्रयत्न करत असतात. म्हणूनच ज्याच्यातला मद्यधुंदपणाचा दोष स्पष्ट दिसतो त्या एका शिष्याची निवड मी केली.''

सिस्टरशियन भिक्षू मार्कस गार्शिया यांचे हे शब्द वाचा –

''कधीकधी ईश्वर एक विशिष्ट आशीर्वाद देतो जेणेकरून तो म्हणजे वर देणारा आणि मागणं पूर्ण करणारा यापेक्षा वेगळ्या नजरेने त्याच्याकडे पाहता येईल. एखाद्या आत्म्याची परीक्षा घेताना आपण किती मर्यादेपर्यंत जाऊ शकतो हे ईश्वराला ठाऊक असतं आणि त्यापुढे तो कधीच जात नाही.

''अशा क्षणी 'ईश्वराने माझा त्याग केला आहे' असं आपण कधी म्हणता कामा नये. ईश्वर कधी त्याग करत नाही. आपणच कधीकधी त्याचा त्याग करू शकतो. ईश्वर जर आपली परीक्षा घेत असेल तर त्याने आधीच आपल्याला पुरेसं दिलेलं असतं. मी तर म्हणेन की, गरजेपेक्षा अधिक दिलेलं असतं, जगण्यासाठी आवश्यक गुण अधिक प्रमाणात दिलेले असतात.

''जेव्हा कधी आपल्याला त्याच्या चेहऱ्यापासून दूर गेल्यासारखं वाटेल तेव्हा आपण स्वतःला एक प्रश्न विचारायला हवा – 'त्याने आपल्या मार्गात जे काही ठेवलं आहे, त्याचा आपण सर्वोत्तम वापर करत आहोत का?'''

पाउलो कोएलो

कधीकधी बाकीच्या लोकांकडून आपल्या वाट्याला मार्दवाची एखादी कृतीसुद्धा न येता कैक दिवसच नाही, तर आठवडेसुद्धा लोटतात. मानवी ऊब नाहीशी झाल्याचा हा काळ मोठा कठीण असतो. जगायचं कसं हा प्रश्न समोर उभा ठाकतो.

गुरू म्हणतात –

''आपण आपल्यातल्या धगीकडे पाहायला हवं. त्यावर अधिक लाकडं टाकून आयुष्याच्या अंधारवत झालेल्या खोलीत प्रकाश आणण्याचा प्रयत्न करायला हवा. आग पेटून लाकडाचा 'फुसफुस्स' आवाज सुरू होताच, अनेक कथा सांगितल्या जाऊ लागताच आपली आशा परतून येईल.''

आपण जर प्रेम करण्यासाठी सक्षम असू, तर प्रेम करून घेण्यासाठीसुद्धा सक्षमच आहोत. 'कधी', एवढाच काय तो प्रश्न आहे.

संध्याकाळच्या भोजनप्रसंगी कोणाच्यातरी हातून काचेचा ग्लास फुटला.

एक पाहुणा म्हणाला, ''हा तर शुभ शकुन आहे.''

प्रत्येकालाच ही परंपरा अवगत होती.

त्या समूहाचा भाग असणाऱ्या एका रबायने विचारलं, ''कोणता शुभ शकुन?''

प्रवाशाच्या बायकोने उत्तर दिलं, ''मला नाही माहीत. कदाचित, पाहुण्याला फार संकोच वाटू नये यासाठीची ती जुनी परंपरा असावी.''

त्यावर रबायने उत्तर दिलं, ''नाही, हे याचं योग्य स्पष्टीकरण नाही. यहुदींच्या काही विशिष्ट परंपरांनुसार प्रत्येकाला नशिबाचा ठरावीक भाग देण्यात आला असून आपण तो आयुष्यभर वापरतो. ज्या वस्तूंची खरोखरच आवश्यकता आहे त्यासाठीच आपण नशिबाचा तो भाग वापरला तर आपल्याला व्याज मिळू शकतं किंवा ते नुसतंच दवडू शकतो.

''कुणाच्या हातून काच फुटली तर 'गुडलक' असं आम्ही ज्यू म्हणतो, त्याचा अर्थ असा- काच फुटणं टाळण्याचा प्रयत्न करत तुम्ही आपलं नशीब उधळून लावलेलं नाही आणि अधिक महत्त्वाच्या गोष्टींसाठी तुमच्याकडे अजून भरपूर नशीब शिल्लक आहे.''

सेटिस मठाजवळ एक संन्यासी राहत असून ऋषी म्हणून त्यांची ख्याती पसरल्याचं मठाधिपती अब्राहम जाणत होते.

एक दिवस त्यांना भेटून मठाधिपतीने विचारलं -

''आज जर तुमच्या अंथरुणात एखादी सुंदर स्त्री असेल तर ती स्त्री नाहीच, हा विचार करणं तुम्हाला शक्य होईल का?''

'नाही,' संन्याशाने उत्तर दिलं, ''तरीसुद्धा मी स्वतःवर नियंत्रण ठेवू शकेन.''

मठाधिपतीने पुढे विचारलं -

''वाळवंटात सोन्याची नाणी सापडली तर ते निव्वळ दगडगोटे आहेत, अशा नजरेने तुम्ही त्याकडे पाहू शकाल का?''

'नाही,' संन्यासी म्हणाले, ''परंतु ती नाणी उचलण्यापासून मी स्वतःला थोपवू शकेन.''

आता मठाधिपती अब्राहमने विचारलं, ''समजा, तुमचा तिरस्कार करणारा आणि तुमच्यावर प्रेम करणारा असे तुमचे दोन भाऊ तुम्हाला भेटले, तर तुम्ही त्या दोघांनाही समानतेने वागवू शकाल का?''

यावर संन्यासी म्हणाले -

''कितीही दुःखदायक असलं, तरी माझा तिरस्कार करणाऱ्याला मी जसं वागवतो तसंच मी माझ्यावर प्रेम करणाऱ्यालासुद्धा वागवेन.''

मठात परत आल्यावर मठाधिपतीने आपल्या शिकाऊ भिक्षूंना सांगितलं, ''संन्यासी असणं म्हणजे काय याचं स्पष्टीकरण आज मी तुम्हाला देणार आहे. आपल्या उत्कटता जाळून टाकल्यावरसुद्धा जो त्यांच्यावर नियंत्रण ठेवू शकतो तो संन्यासी.''

डब्ल्यू. फ्रेझियर यांनी पश्चिम अमेरिकेच्या मोहिमेबद्दल लिहिण्यात संपूर्ण आयुष्य खर्च केलं. गॅरी कूपरने अभिनय केलेल्या चित्रपटाच्या स्क्रिप्टचा अंतर्भाव त्यांनी आपल्या रेझ्युमेमध्ये केला. त्यात त्यांना फार अभिमान वाटत होता. त्याच चित्रपट निर्मितिक्रियेत आपल्याला क्वचितच कंटाळा आला असेल असंही त्यांनी म्हटलं.

''अमेरिकेच्या पुरस्कर्त्यांकडून मी बरंच काही शिकलो. त्यांनी रेड इंडियनबरोबर लढा दिला. वाळवंटं ओलांडली, अन्नपाण्याच्या शोधात ते दुर्गम भागांत पोहोचले. त्या काळच्या प्रत्येक नोंदीनुसार एक कुतूहलजन्य वैशिष्ट्य दिसतं – या पुरस्कर्त्यांनी केवळ चांगल्या गोष्टींबद्दलच लिखाण केलं, त्यांचाच उल्लेख केला. तक्रार करण्याऐवजी त्यांनी गाणी रचली आणि मार्गात आलेल्या अडचणींवर त्यांनी जी मात केली होती, त्याबद्दल विनोद निर्माण केले. अशा प्रकारे त्यांनी नैराश्य आणि त्राग्याला हातभर अंतरावर ठेवलं. आज वयाच्या ८८व्या वर्षी मीसुद्धा तेच करण्याचा प्रयत्न करत आहे.''

जॉन मुईर यांच्या शब्दकृतीतून हा मजकूर घेतलेला आहे –

"मी माझा आत्मा मुक्त ठेवू इच्छितो जेणेकरून चैतन्यस्वरूप आत्म्यांना मिळणारे अनेक चांगले आशीर्वाद मलाही प्राप्त होतील."

शक्य असतं तर चंद्रावरच्या खड्ड्यांना भेट न देण्याचा प्रयत्न मी केला असता, सूर्याच्या किरणांचा स्रोत न शोधण्याचा प्रयत्न केला असता. आपल्या स्वतःच्या उत्तम नशिबाचं सौंदर्य जाणून घेण्याचा प्रयत्न केला नसता, माणसाचं कृत्रिम औदासीन्य समजून घेण्याचा प्रयत्न केला नसता.

माझा आत्मा मुक्त कसा करायचा हे मी शिकलो आहेच, पहाटेच्या प्रकाशाचा मागोवा घेत मला तो काळाच्या उदरात किती खालपर्यंत नेऊ शकतो ते मी पाहणार आहे.

माझ्या आत्म्याला मुक्त कसं करावं हे मी शिकलो आहे. जगाचा आत्मा घडवण्यासाठी ज्या महासागरात सर्व पाणी एकत्र येतं तिथे झेपावणाऱ्या, आकर्षित करणाऱ्या प्रवाहांमध्ये मी सूर मारेन. माझ्या आत्म्याला मुक्त कसं करायचं हे एकदा शिकल्यावर 'क्रिएशन' या ग्रंथाचं प्रत्येक आश्चर्यकारक पान मी अथपासून इतिपर्यंत वाचेन.

पाउलो कोएलो

पेलिकन पक्ष्याची प्रतिमा ही ख्रिश्चनत्वातल्या पवित्र द्योतकांपैकी एक आहे. त्यामागचं स्पष्टीकरण साधं आहे – जेव्हा कुठल्याही प्रकारचं अन्न मिळत नाही तेव्हा पेलिकन पक्ष्याची मादी आपल्याच छातीवर टोचा मारत आपल्याच रक्तमांसावर पिल्लांचं भरणपोषण करते.

गुरू म्हणतात –

''आपल्याला प्राप्त झालेल्या आशीर्वचनांचा अर्थ समजून घेण्यासाठी आपण असमर्थ ठरतो. आध्यात्मिकदृष्ट्या आपलं पोषण करण्यासाठी ईश्वर जे काही करतो, ते सारं आपल्याला बरेचदा लक्षात येत नाही.''

पेलिकन पक्ष्याबाबत एक कथा आहे. कडाक्याची थंडी पडली होती. अशाच पेलिकन पक्ष्याच्या मादीने त्यागाची परिसीमा गाठली. आपल्याच रक्तमांसावर तिने आपल्या पिल्लांचं भरण-पोषण केलं – मात्र फक्त काही दिवसच. ती स्वतः जेव्हा पोषणाच्या अभावी मृत झाली तेव्हा तिचं एक पिल्लू दुसऱ्याला म्हणालं –

''बरं झालं मेली. रोज तेच तेच खाऊन अगदी कंटाळा आला होता.''

एखाद्या गोष्टीमुळे तुम्ही असमाधानी असाल - समजा, ती गोष्ट चांगली असेल, त्यात यश मिळावं अशी तुमची इच्छा असेल, पण आत्तापर्यंत तुम्हाला अपयश आलं असेल - तर मग ताबडतोब थांबा.

जर एखादी गोष्ट पूर्ण होत नसेल तर त्यामागे दोन शक्यता असू शकतात - एक तर तुमच्यात किती चिकाटी आहे याची परीक्षा घेतली जात असेल, किंवा तुम्हाला दिशा बदलण्याची गरज असेल.

या दोनपैकी कोणता पर्याय बरोबर आहे - समजा, या दोन्ही शक्यता दोन विरुद्ध टोकांचं प्रतिनिधित्व करतात - अशा वेळेस शांत होऊन प्रार्थना करा. टप्प्याटप्प्याने आणि आश्चर्यकारकरीत्या सारं काही स्वच्छ होऊ लागेल. सरतेशेवटी, निवड करण्याकरता तुम्हाला पुरेसं सामर्थ्य प्राप्त होईल.

तुमचा निर्णय होताच इतर शक्यतांना विसरा आणि पुढे व्हा, कारण ईश्वर हा शूरांचा ईश्वर आहे.

ब्राझिलचे लेखक फर्नांडो साबिनो यांचे वडील डॉमिन्गोस साबिनो हे आपल्या मुलाला नेहमी सांगत -

''सरतेशेवटी, सारं काही व्यवस्थित होतं. जर गोष्टी धड घडत नसतील, तर तू अद्याप शेवटाला पोहोचला नसल्यामुळे तसं होत असेल.''

नेल्सन मोत्ता हे संगीतकार एकदा ब्राझिलमधल्या बाहिया इथे होते. आध्यात्मिक नेता माइ मेनिनिन्हा दो गान्तोइस या आध्यात्मिक नेत्याला भेटायचं त्यांनी ठरवलं. ते एका टॅक्सीत बसले. वाटेत टॅक्सीचे ब्रेक बिघडले. जलदगती मार्गाच्या मध्यभागी गाडीवरचं नियंत्रण सुटलं. चालकाला आणि नेल्सन मोत्ता यांना जबरदस्त धक्का बसला खरा, पण त्याव्यतिरिक्त कुणाला कुठे काही लागलं नाही.

माइ मेनिनिन्हा यांच्याशी भेट झाल्यावर नेल्सन यांनी त्यांना अपघाताबद्दल सांगितलं. त्यावर त्या म्हणाल्या –

''काही विशिष्ट बाबी आपल्या दैवातच लिहिलेल्या असतात, तरीसुद्धा ईश्वर काहीतरी करून आपल्याला सुरक्षितपणे बाहेर काढतो. तुमच्या जीवनातल्या या टप्प्यावरचा गाडीचा अपघात नक्कीच तुमच्या नियतीमध्ये लिहिला होता, परंतु सारं काही घडलं आणि तरीसुद्धा काहीच घडलं नाही, हे लक्षात घ्या.''

‘‘कॅमिनो दे सँटिॲगो यांच्याबद्दलच्या तुमच्या भाषणात काहीतरी उणीव होती,’’ प्रवाशाच्या व्याख्यानाच्या शेवटी एका यात्रेकरूने त्यांना सांगितलं. ‘‘कॅमिनो असो की जीवनाचा मार्ग, बहुतांश यात्रेकरू इतरांच्या बरोबर राहण्याचा प्रयत्न करतात, हे मी नेहमी पाहिलं आहे. हे माझ्या नेहमी लक्षात येतं.

‘‘माझ्या यात्रेच्या सुरुवातीला मी माझ्या समूहाबरोबर राहण्याचा प्रयत्न केला, पण माझी भलतीच दमछाक होऊ लागली. मी माझ्या शरीराकडून अतिरेकी अपेक्षा ठेवत होतो. मला खूप ताण येऊ लागला. माझ्या डाव्या पायाचा स्नायुबंध दुखावला.

‘‘एकदा तर सलग दोन दिवस मला चालताच आलं नाही. मी जर माझ्या चालीने चाललो तरच सँटिॲगो दे कॉम्पोस्टेला इथे पोहोचू शकेन हे माझ्या लक्षात आलं.

‘‘इथे पोहोचायला मला इतरांपेक्षा जास्त दिवस लागले. कैकदा वाटेवर बराच काळ मला एकटंच चालावं लागलं. तरीसुद्धा, स्वतःच्या तालाचा आदर राखत मी प्रवास करू पूर्ण करू शकलो. त्या दिवसापासून आयुष्यात मला जे जे काही करायचं आहे त्या प्रत्येक ठिकाणी मी माझ्या तालाचं तत्त्व लागू करतो.’’

लिडियाचे राजे क्रोएसस यांनी पर्शियावासींवर हल्ला करायचा निश्चय केला होता, तरीसुद्धा डेल्फी या ग्रीक भाकिताशी सल्लामसलत करायचं त्यांनी ठरवलं.

"तुमच्या हातून एक महान साम्राज्य विलयाला जाणार आहे," भाकिताने वर्तवलं.

या निर्णयाने आनंदित होत क्रोएसस यांनी युद्ध जाहीर केलं. दोन दिवसांच्या लढाईनंतर लिडियावर पर्शियाने आक्रमण केलं, राजधानी जिंकली आणि क्रोएससला बंदी बनवलं. संतापून क्रोएससने आपल्या ग्रीसमधल्या राजदूताला भाकिताकडे जाऊन त्यांनी फसवल्याचं त्यांना सांगायला सांगितलं.

भाकिताने उत्तर दिलं, "नाही, तू फसवला गेला नाहीस. तू खरोखरच एक महान साम्राज्य नष्ट केलंस – ते साम्राज्य म्हणजे लिडिया."

गुरू म्हणतात – "संकेतांची भाषा आपल्यासमोर असते. पुढे जायचा उत्तम मार्ग ते आपल्याला शिकवतात. आपण मात्र अनेकदा या संकेतांचा विपरीत अर्थ लावतो जेणेकरून आपल्याला जे करायचं आहेच, त्याच्याशी त्यांचं एकमत होईल."

लेखक फेलिस लिओनार्दो बस्काग्लिआ हे मॅगीच्या चौथ्या सदस्याबद्दल एक कथा सांगतात (बाळ येशूला वंदन करणारे पारंपरिक तीन सुज्ञ गृहस्थ आहेत, असं मानलं जातं). या सदस्यानेसुद्धा बेथलेहेमवर चमकणारा तारा पाहिला होता, पण येशू जिथे असू शकेल त्या त्या जागी हा सदस्य नेहमीच उशिरा पोहोचत असे, कारण वाटेतल्या गरिबांना आणि मदतीची याचना करणाऱ्या दीनदुबळ्यांना मदत करायला तो नेहमी थांबत असे.

इजिप्त, गॅलिझी आणि बेथनी या मार्गाने तीस वर्षं येशूचा पाठपुरावा केल्यानंतर मॅगस जेरूसलेम इथे पोहोचले. फार उशीर झाला होता. बालक येशू आता पूर्ण पुरुष झाला होता. त्याच दिवशी त्याला सुळावर चढवण्यात येणार होतं. येशूला अर्पण करण्यासाठी मॅगसने काही मोती आणले होते; परंतु प्रवासात भेटलेल्या लोकांना मदत करण्यासाठी त्याला ते विकावे लागले होते. आता त्याच्या जवळ जेमतेम एक मोती उरला होता आणि त्राता मात्र आधीच मृत्यू पावला होता.

''छे! मी माझ्या जीवनमोहिमेत अपयशी झालो आहे,'' मॅगसच्या मनात विचार आला.

तितक्यात त्याला एक आवाज ऐकू आला –

''मुळीच नाही. उलट तुझ्या आयुष्यभर तू सतत मला भेटत आला आहेस. मी नागडा होतो, तेव्हा तू मला कपडे दिलेस. मी भुकेला होतो तेव्हा तू मला अन्न दिलंस. मी कैदेत असताना तू मला भेटायला आलास. तुझ्या वाटेवर तुला भेटलेल्या प्रत्येक गरीब माणसात मी होतो. प्रेमाच्या इतक्या भेटवस्तू दिल्याबद्दल मी तुझा मनःपूर्वक आभारी आहे.''

एका विज्ञाननिष्ठित काल्पनिक कथेमध्ये एका समाजाचं वर्णन केलं आहे. तिथे जवळपास प्रत्येक जण जन्मतःच काही कृती करण्याच्या दृष्टीने सिद्ध आहे. तो तंत्रज्ञ असेल, इंजिनिअर असेल किंवा मेकॅनिक असेल. काहींना मात्र जन्मतःच असं कुठलं विशेष कौशल्य लाभलेलं नाही. त्यांना वेड्यांच्या एका इस्पितळात पाठवण्यात येतं; कारण समाजाप्रति योगदान करण्यासाठी ते अक्षम असतात.

त्यातला एक कैदी बंड करतो. त्या इस्पितळात एक ग्रंथालय असतं आणि विज्ञान तसंच कला याबद्दल जे काही शिकता येईल ते शिकण्याचा तो प्रयत्न करतो.

आपण पुरेसं शिकलो आहोत असं वाटल्यावर तो पळून जायचा निर्णय घेतो, पण तो पकडला जातो आणि शहराबाहेरच्या संशोधन केंद्रात त्याला नेण्यात येतं.

तिथे काम करणाऱ्यांपैकी एक जण म्हणतो, ''तुमचं स्वागत आहे. स्वतःचा मार्ग शोधण्यासाठी जे आटोकाट प्रयत्न करतात, त्यांचंच आम्हाला सर्वाधिक कौतुक आहे. इथून पुढे तुम्हाला जे हवं ते तुम्ही करू शकता; कारण तुमच्यासारख्या लोकांमुळेच जगाची प्रगती होते. आम्ही आपले आभारी आहोत.''

पाउलो कोएलो

एका प्रदीर्घ प्रवासाची सुरुवात करण्यापूर्वी एका व्यावसायिकाने आपल्या पत्नीचा निरोप घेतला.

''आजवर मला शोभेल अशी भेटवस्तू तुम्ही कधीच दिलेली नाही,'' पत्नी म्हणाली.

''कृतघ्न स्त्री, आजवर मी तुला जे जे काही दिलं आहे ते कमावण्यासाठी मला वर्षानुवर्षं अतोनात कष्ट करावे लागले आहेत,'' नवरा म्हणाला. ''आता आणखी काय देणार मी तुला?''

''माझ्याचसारखं काहीतरी सुंदर असं.''

पुढची दोन वर्षं ती पत्नी वाट पाहत राहिली. सरतेशेवटी, तिचा नवरा प्रवासातून घरी आला. तो म्हणाला, ''तुझ्यासारखं सुंदर असं काहीतरी मला सरतेशेवटी सापडलं आहे. तुझ्या कृतघ्नपणाबद्दल मी अश्रू ढाळले, पण तुझी इच्छापूर्ती करण्याचा निश्चय मी केला होता. तुझ्याच इतकं सुंदर काय असेल, याचा विचार मी सतत करत आलो आहे. सरतेशेवटी, मला ती वस्तू सापडली आहे.''

असं म्हणून त्याने तिच्या समोर छोटासा आरसा धरला.

जर्मन तत्त्वज्ञ फ्रेड्रिक निचं एकदा म्हणाले –

"प्रत्येक गोष्टीवर वाद घालण्यात अर्थ नाही, कधी ना कधी चूक होणं हा मानवी स्वभावाचा भाग आहे."

गुरू म्हणतात –

"प्रत्येक लहानसहान गोष्टीबाबत बरोबरच असण्याचा अट्टाहास करणारे काही लोक आहेत. आपण कित्येकदा स्वतःला चूक करू देत नाही. अशा वृत्तीमुळे पुढे जाण्याबाबत आपण मनात भीती तेवढी निर्माण करून ठेवतो."

चूक करण्याची भीती ही दरवाजा असून ती आपल्याला सामान्यतेच्या गढीत बंदिवान करते. आपण जर भीतीवर मात करू शकलो, तर स्वतःच्याच मुक्तीप्रति आपण एक पाऊल नक्की उचलू.

सेटिस मठाचे मठाधिपती निस्टेरॉस यांना एका शिकाऊ उमेदवाराने एकदा विचारलं -

"ईश्वराला खूश करण्यासाठी मी काय करावं बरं?"

मठाधिपतीने उत्तर दिलं -

"अब्राहमने परक्यांचं स्वागत केलं आणि ईश्वर त्याच्यावर खूश झाला. एलिजाला परके अजिबात आवडत नसत आणि ईश्वर त्याच्यावर खूश झाला. डेव्हिड जे करायचा त्याचा त्याला अभिमान होता, ईश्वर त्याच्यावर खूश झाला. मंदिरात कर आकारणी गोळा करणाऱ्याला आपल्या कृत्याची लाज वाटत होती आणि ईश्वर खूश झाला. बॅप्टिस्ट जॉन भटकंतीला बाहेर पडले आणि ईश्वर खूश झाला.

"तुझ्या आत्म्याला काय करावंसं वाटत ते त्याला विचार. आपला आत्मा जेव्हा आपल्या स्वप्नांशी संलग्न असतो तेव्हा ईश्वर त्यामुळेच खूश होतो."

एकदा एक बौद्ध गुरू आपल्या शिष्यांबरोबर पदयात्रा करत होते. उत्तम शिष्य कोण, याबद्दल त्यांच्यात वाद सुरू असल्याचं त्यांच्या लक्षात आलं.

एक शिष्य म्हणाला, ''मी गेली पंधरा वर्षं ध्यानधारणा करत आहे.''

दुसरा म्हणाला, ''मी माझ्या पालकांचं घर सोडून आल्यापासून दानधर्म करत आलो आहे.''

तिसऱ्याने म्हटलं, ''मी सदैव बुद्धांची शिकवण अनुसरत आलो आहे.''

सूर्य माध्यान्ही आल्यावर सगळे सफरचंदाच्या झाडाखाली विश्रांतीसाठी थांबले. झाड फळांनी लगडलेलं होतं. फळांच्या भाराने झाडाच्या फांद्या पार जमिनीपर्यंत झुकल्या होत्या.

आता गुरू म्हणाले –

''झाड जेव्हा फळांनी लगडतं तेव्हा त्याच्या फांद्या खाली झुकून जमिनीला स्पर्श करतात. त्याच प्रकारे, खरा सुज्ञ माणूस नम्र असतो. झाडाला जेव्हा फळं नसतात तेव्हा त्याच्या फांद्या उद्धट आणि हेकट असतात. अशाच प्रकारे आपण इतरांपेक्षा अधिक चांगले आहोत असं मूर्खाला वाटतं.''

'लास्ट सपर' – शेवटच्या भोजनप्रसंगी येशूने आपल्या दोन शिष्यांवर समान गंभीर आरोप केले आणि येशूला जे गुन्हे आधीच दिसले होते ते करायला ते दोघे आधीच पुढे झाले.

जुलास इस्कॅरिऑट याला आपली चूक उमगली आणि त्याने स्वतःला ठार केलं. ज्या ज्या गोष्टीवर विश्वास होता त्या त्या गोष्टी तीनदा नाकारल्यानंतर पीटरलासुद्धा आपली चूक उमगली.

मात्र, त्या निर्णायक क्षणी पिटरला येशूच्या संदेशातला खरा अर्थ लक्षात आला. त्याने क्षमायाचना केली आणि कितीही अपमान झाला असला तरी त्याने आपलं कार्य सुरू ठेवलं.

तो आत्महत्येचा पर्याय निवडू शकला असता, मात्र त्याऐवजी इतर शिष्यांशी त्याने संवाद साधला. त्याने असं काहीसं म्हटलं असणार –

''ठीक आहे, जोवर मानवी जमात हयात आहे, तोवर लोकांना माझ्या चुकीबद्दल बोलू दे, परंतु चुकीची दुरुस्ती करण्याची संधी मला द्या.''

प्रेम म्हणजे क्षमाशीलता हे पीटरला समजलं होतं जूडासला ते समजलं नाही.

एकदा एक प्रसिद्ध लेखक आपल्या मित्राबरोबर फेरफटका मारत होते. त्याच वेळेस एक मुलगा रस्ता ओलांडत होता. मुलाच्या दिशेने भरधाव येणाऱ्या ट्रककडे त्याचं लक्ष नव्हतं. निमिषभरात लेखक त्या ट्रकच्या मार्गात पुढे झेपावले आणि त्यांनी त्या मुलाला वाचवलं. त्यांनी केलेल्या त्या साहसी कृत्याबद्दल कुणी त्यांचे आभार मानण्यापूर्वीच त्यांनी त्या मुलाला सणसणीत थप्पड लगावत म्हटलं –

''बाळा, जे दिसतं ते तसं नसतं. मोठा झाल्यावर तुझ्या समोर येणाऱ्या अडचणींतून तुझी सुटका होऊ नये या एकाच कारणासाठी मी तुला वाचवलं.''

गुरू म्हणतात –

''एखादं सत्कृत्य केल्यानंतर कधीकधी आपल्याला संकोच वाटतो. आपण जेव्हा औदार्याने वागतो तेव्हा खरं तर इतरांवर प्रभाव टाकण्याचा प्रयत्न करत असतो, देवाला 'चिरीमिरी' चारण्याचा प्रयत्न करत असतो; इत्यादी, इत्यादी गोष्टी आपली अपराधी भावना आपल्याला सांगू लागते. मानवी स्वभाव हा मुळात चांगला आहे, याचा स्वीकार करणं आपल्याला कठीण जातं. आपण आपल्या दयाळू कृतींना उपरोधाने आणि त्रयस्थाची भूमिका घेत झाकू बघतो, जणूकाही प्रेम दर्शवणं हे दुर्बलतेचं लक्षण आहे.''

ईश्वराने टेबलकडे पाहिलं. पृथ्वीवरची नेमकी कोणती बाब आपलं प्रतीक ठरू शकेल, याचा विचार त्याने केला. ईश्वरासमोर गॅलिली इथली डाळिंबं, दक्षिण वाळवंटातले मसाले, सिरियाचा सुकामेवा आणि इजिप्तचे खजूर होते.

यापैकी कोणालातरी आशीर्वाद देण्याकरता त्याचा हात पुढे झाला असणार, तेवढ्यात आपला संदेश हा सर्व ठिकाणच्या माणसांसाठी आहे असं त्याला जाणवलं. शिवाय, डाळिंबं किंवा खजूर जगाच्या प्रत्येक भागात असतीलच असं नाही, हेही त्याच्या लक्षात आलं असणार.

त्याने पुन्हा सभोवार पाहिलं, त्याच्या मनात दुसरा विचार आला – डाळिंबं, खजूर आणि इतर फळांमध्ये असलेल्या निर्मितीच्या नवलासाठी मानवी हस्तक्षेपाची काहीही आवश्यकता नव्हती.

त्यानंतर त्याने पाव उचलला, त्याचे तुकडे केले, आपल्या शिष्यांना ते तुकडे देत तो म्हणाला, ''घ्या, खा, हा माझा देह आहे.''

पाव सर्वत्र सापडतो. खजूर, डाळिंबं आणि सिरियातल्या सुकामेव्याप्रमाणे विशिष्ट ठिकाणी न सापडता पाव सगळीकडे सापडतो. ईश्वराच्या मार्गाचा तो सर्वोत्तम द्योतक आहे; कारण पाव हा पृथ्वी आणि मानवी कष्टांचं फळ आहे.

चौकात मध्यभागी थांबत हस्तलालित्य दाखवणाऱ्या बाजीगरने (जग्लर) तीन संत्री उचलली. तो ती हवेत उडवू आणि झेलू लागला. लोक जमा झाले. त्याचं ते कौशल्य आणि हालचालीतला डौलदारपणा पाहून लोक चकित झाले.

कुणीतरी प्रवाशाला सांगितलं, ''आयुष्य असंच तर आहे. आपल्या प्रत्येक हातात एकेक संत्र असतं आणि तिसरं संत्र हवेत असतं. इथेच खरी मेख आहे. हवेत फेकलेलं संत्र जरी कौशल्याने आणि ज्ञानपूर्वक फेकलं असलं तरी त्याला त्याचा मार्ग असतो. या बाजीगरप्रमाणेच आपण या जगात एक स्वप्न उडवतो, परंतु आपलं त्याच्यावर नेहमीच नियंत्रण असतं असं नाही. 'माझं स्वप्न त्याच्या मार्गाने डौलाने पुढे होईल आणि पूर्ण होऊन माझ्या हातात पडेल', असं मागणं आपण ईश्वराला शरण जाऊन अशा वेळेस करायला हवं.''

आंतरिक विकासाला चालना देण्यासाठी असणाऱ्या सामर्थ्यशाली कृतींपैकी एक कृती म्हणजे आपल्याकडून स्वयंचलितरीत्या घडणाऱ्या श्वासोच्छ्वास, डोळ्यांची उघडझाप या कृती किंवा सभोवताल लक्षात घेण्याची वृत्ती; अशांसारख्या साध्या गोष्टींकडे लक्ष देण्याची गरज.

आपण असं लक्ष देऊ लागताच, आपणच आपल्या मेंदूला अधिक मुक्तपणे काम करू देतो, आपल्या इच्छा त्यात लुडबुड करत नाहीत. काही समस्या सुटणारच नाहीत असं वाटतं, पण त्यांचं निराकरण होतं, काही कामं अशक्य वाटतात, पण ती लीलया पूर्ण होतात.

गुरू म्हणतात –

''कठीण परिस्थिती समोर आली, तर या तंत्राचा वापर करा. त्यासाठी थोडीशी शिस्त गरजेची असली, तरी त्यातून मिळणारी निष्पत्ती आश्चर्यकारक आहे.''

एकदा एक माणूस बाजारात फुलदाण्या विकत होता. तितक्यात एक स्त्री तिथे आली. ती त्या वस्तू निरखू लागली. काही फुलदाण्या अगदी साध्या होत्या, तर काही अतिशय काळजीपूर्वक घडवलेल्या होत्या. तिने त्या वेगवेगळ्या फुलदाण्यांची किंमत विचारली. नवल म्हणजे, सगळ्या फुलदाण्यांची किंमत एकच होती.

तिने विचारलं, ''साधी फुलदाणी आणि ही आकर्षक फुलदाणी यांची किंमत एकच कशी काय? जी वस्तू घडवायला अधिक काळ लागला, तिचीही किंमत पहिल्यासारखीच का?''

''मी कलाकार आहे,'' विक्रेता म्हणाला, ''घडवलेल्या फुलदाणीचं मोल मी लावू शकतो, त्याच्या सौंदर्याचं नाही. सौंदर्य फुकट मिळतं.''

चर्चमधून बाहेर पडल्यावर प्रवाशाला चांगलंच एकटं वाटत होतं. तितक्यात त्याला त्याचा एक मित्र भेटला.

मित्र म्हणाला, ''मला तुझ्याशी बोलण्याची नितांत गरज आहे.''

हा प्रसंग सूचक असल्याचं लक्षात घेत प्रवासी उत्तेजित झाला. त्याच्या दृष्टीने जे जे काही महत्त्वाचं होतं, त्याबद्दल त्याने बोलायला सुरुवात केली. ईश्वराचा आशीर्वाद आणि प्रेम याबद्दल तो बोलला. 'त्याचा देवदूत त्याच्याकडे लक्ष ठेवून आहे याचं चिन्हं म्हणजे त्याचा तो मित्र,' असंही तो म्हणाला. काही मिनिटांपूर्वी त्या प्रवाशाला फार एकटं वाटत होतं, आता मात्र त्याला सोबत होती. त्यामुळेच, आपला देवदूत आपल्यावर लक्ष ठेवून आहे त्याचंच हे द्योतक आहे, असं त्याने आपल्या मित्राला सांगितलं.

तो जे जे काही बोलत होता ते ते मित्राने शांतपणे ऐकून घेतलं. त्यानंतर त्याचे आभार मानून मित्र तिथून निघून गेला.

या सगळ्यांतून प्रवाशाला आनंद होण्याऐवजी आधीपेक्षा जास्त एकटेपणा वाटला. सोबत मिळाल्यामुळे अति उत्तेजित होत आपण मित्राच्या गरजेकडे लक्षच दिलं नाही, हे त्याला जाणवलं.

त्याने जमिनीवर नजर खिळवली. त्याचे शब्द पदपथावर विखुरलेले त्याला दिसले; कारण त्या क्षणी विश्वाला दुसऱ्या कशाचीतरी आवश्यकता होती.

एका राजकुमाराच्या नामकरण समारंभासाठी तीन पऱ्यांना आमंत्रित करण्यात आलं होतं. खरं प्रेम शोधण्याची भेट पहिल्या परीने त्याला दिली. दुसरीने त्याला हवे तसे खर्च करण्यासाठी पैसे दिले. तिसरीने त्याला रूप दिलं.

प्रत्येक परीकथेत असते त्याप्रमाणे इथेही एक दुष्ट चेटकीण होती. ती नेमकी येऊन उभी राहिली. तिला आमंत्रण नसल्यामुळे भलतीच संतापली होती ती. तिने राजपुत्राला शाप दिला –

''सगळंच आहे ना तुझ्याकडे आता, मी तुला आणखी काहीतरी देते. तू जे काही करशील त्यात अफाट बुद्धिमत्ता दाखवशील.''

राजपुत्र मोठा झाला. भलताच देखणा होता तो. श्रीमंतही होता. प्रेमात पडला होता. मात्र पृथ्वीवरचं त्याचं कार्य काही तो पूर्ण करू शकत नव्हता. तो उत्तम चित्रकार, शिल्पकार, लेखक, संगीतकार आणि गणितज्ञ होता; मात्र त्याचं चित्त फार सहजगत्या विचलित होत असल्यामुळे आणि त्याला सतत काहीतरी वेगळं करण्याचा ध्यास असल्यामुळे कुठलीच गोष्ट तो पूर्ण करू शकत नव्हता.

गुरू म्हणतात –

''प्रत्येक मार्ग एकाच स्थानाशी जाऊन पोहोचतो, मात्र तुम्ही विशिष्ट मार्ग निवडा आणि शेवटपर्यंत त्याचा पाठपुरावा करा; प्रत्येक मार्गावरून चालण्याचा प्रयत्नही करू नका.''

अठराव्या शतकातल्या एका अनामिक मजकुरावरून आपल्याला आध्यात्मिक गुरूचा शोध घेणाऱ्या रशियन भिक्षूबद्दल समजतं.

एका विशिष्ट गावात एक संन्यासी राहत असून तो रात्रंदिवस आत्म्याच्या मुक्तीप्रति समर्पित आहे, असं त्याला कुणीतरी एक दिवस सांगितलं. ते ऐकताच त्या पवित्र माणसाच्या शोधात हा भिक्षू निघाला.

''आत्म्याच्या मार्गांवर तुम्ही मला मार्गदर्शन करावं अशी माझी इच्छा आहे,'' भिक्षूने त्यांना म्हटलं.

''आत्म्याचा आपला एक मार्ग असून तुमचा देवदूत तुम्हाला मार्गदर्शन करेल,'' संन्याशाने उत्तर दिलं. ''अथकपणे प्रार्थना करत रहा.''

''अशी प्रार्थना कशी करायची, मला नाही माहीत. तुम्ही मला ती शिकवावी, असं मला वाटतं.''

''अथकपणे प्रार्थना कशी करायची हे जर तुम्हाला माहीत नसेल, तर ईश्वराची प्रार्थना करा आणि अथकपणे प्रार्थना कशी करायची हे त्याने तुम्हाला शिकवावं, अशी त्याच्याकडे मागणी करा.''

''तुम्ही मला काहीच शिकवत नाहीए,'' भिक्षू म्हणाला.

''शिकवण्याजोगं काही नाहीच, कारण प्रारंभिक अंकगणित जसं शिकवता येतं, तशी श्रद्धेची शिकवण देता येत नाही. श्रद्धेचं गूढ स्वीकारा जेणेकरून विश्व स्वतःला तुमच्या समोर उघड करेल.''

स्पॅनिश कवी अँन्टोनिओ माचादो लिहितात –

प्रवाशा, तू तुझ्या पावलांनी
मार्ग तयार करतोस, इतर कशानेच नाही;
प्रवाशा, मार्ग नसतोच,
तू तो घडवतोस त्यावर चालून,
त्यावर चालून तू तो मार्ग घडवतोस
आणि जेव्हा वळून पाहतोस
तुला मार्ग दिसतो,
असा मार्ग ज्यावर तू पुन्हा कधीच चालणार नाहीस.
प्रवाशा, मार्ग नसतोच.
समुद्रात जहाजांमुळे उमटलेली गाज तेवढी असते.

गुरू म्हणतात –

''लिहा. पत्र असो, दैनंदिनी असो, फोनवर बोलता बोलता मांडलेले काही मुद्दे असोत, फक्त लिहा.''

लिखाणातून तुम्ही ईश्वराच्या आणि मानवांच्या निकट येता.

जगातल्या तुमच्या भूमिकेबद्दल अधिक चांगल्या प्रकारे समजून घ्यायचं असेल तर लिहा. लिहिण्यात आपलं सर्वस्व वेचा. तुम्ही जे लिहिता ते कुणीच वाचणार नसेल किंवा तुम्ही लिहिलेलं कुणी वाचू नये असं वाटूनही कुणीतरी ते वाचणार असेल, तरीसुद्धा तुम्ही जे काही लिहिता त्यात जीव ओता. लिखाणाच्या कृतीतून आपल्याला विचारांचे सुनियोजन करायला मदत करते, भोवतालचं जग अधिक सुस्पष्टपणे दिसतं. कागदाचा एक तुकडा आणि हातातली लेखणी/पेन यातून आश्चर्य घडतात – दुःख निवळतात, स्वप्नं प्रत्यक्षात येतात, गमावलेली आशा पुनःप्रस्थापित होते.

शब्द हे सामर्थ्य आहेत.

पाउलो कोएलो

“वाळवंटातल्या भिक्षूंच्या मते, आपण देवदूतांना कृती करण्यासाठी मुक्त सोडलं पाहिजे. म्हणूनच कधीकधी ते विचित्र गोष्टी करतात. फुलांशी बोलतात, निष्कारण हसतात. ‘ईश्वराच्या संकेता’चा मागोवा किमयागार घेतात. या खाणाखुणांना सहसा काहीही अर्थ नसतो, पण त्या कुठेतरी नेऊन पोहोचवतात.

गुरू म्हणतात –

“वेडं म्हटलं जाण्याची भीती बाळगू नका. तुम्हाला जे काही तर्कशास्त्र शिकवलं असेल त्याच्या विरुद्ध जात आज काहीतरी करा. तुम्हाला जितकं समजूतदार केलं आहे त्याच्याहून थोडी कमी समज दाखवा. ती सूक्ष्म बाब, मग ती कितीही सूक्ष्म असो, एखाद्या महान साहसाचं – मानवीय आणि आध्यात्मिक साहसाचं दार उघडू शकेल.

एकदा एक माणूस आपल्या लालचुटूक मर्सिडिज-बेन्झमधून दिमाखात चालला होता. तेवढ्यात गाडीचं टायर फुटलं. त्याने ते बदलायचा प्रयत्न केला, पण त्याच्याकडे त्यासाठी जॅक नाही हे त्याच्या लक्षात आलं.

''असं! आता मला आधी एखादं घर शोधावं लागेल, जॅक उधार घ्यावा लागेल,'' असं मोठ्यांदा म्हणत तो मदतीच्या शोधात निघाला.

त्याच्या मनात आलं, ''जो कोणी माझी गाडी बघेल तो त्या जॅकसाठी माझ्याकडून मोबदला मागू शकतो. कदाचित तो मला दहा डॉलर्स मागेल. जॅकवाचून माझं अडलं आहे हे लक्षात आलं, तर कदाचित पन्नास डॉलर्ससुद्धा मागेल. माझ्या अडचणीचा गैरफायदा घेण्याचा तो प्रयत्न करेल आणि कदाचित शंभर डॉलर्सची आकारणी करेल.''

तो जसजसा चालत होता तसतशी त्याच्या मनातली किंमत वाढत होती. वाटेतलं पहिलं घर दिसताच तो थांबला. घरमालकाने दार उघडलं, तो माणूस ओरडला -

''चोर आहेस तू, चोर! जॅक काही इतका मौल्यवान नसतो. ठेव तुझ्याजवळ!''

असं आपण कधीच केलं नाही, हे आपल्यापैकी कोण कोण म्हणू शकेल बरं?''

मिल्टन एरिकसन यांनी एक थेरपी शोधून काढली. अलीकडच्या काळात युनायटेड स्टेट्समध्ये लाखो जण त्या थेरपीचा अवलंब करतात. वयाच्या बाराव्या वर्षी मिल्टनना पोलिओ झाला. त्या आजारपणानंतर दहा महिन्यांनी त्यांनी डॉक्टरांना त्यांच्या पालकांना सांगताना ऐकलं –

''तुमचा मुलगा आजची रात्र काही काढणार नाही.''

त्यानंतर एरिकसनना आपल्या आईच्या रडण्याचा आवाज आला. त्यांच्या मनात आलं, ''कुणी सांगावं! आज रात्री जर मी जगलोच तर तुला इतकं दुःख नाही होणार.''

त्यानंतर त्यांनी दुसऱ्या दिवशीच्या पहाटेपर्यंत जागंच राहायचं ठरवलं. सकाळी त्यांनी आपल्या आईला हाक मारली –

''आई, अगं मी अजून जिवंत आहे बरं.''

त्याच्या कुटुंबाला अतिशय आनंद झाला. ते पाहून एरिकसन यांनी आणखी एक दिवस जगायचं ठरवलं आणि अशा प्रकारे आपल्या पालकांचं दुःख दूर करायचं ठरवलं.

सन १९८०मध्ये वयाच्या अठ्ठ्याहत्तराव्या वर्षी त्यांचा मृत्यू झाला. त्यांनी आपल्या हयातीत स्व-मर्यादांवर मात करण्याच्या आपल्या अलौकिक क्षमतेवर आधारित अतिशय महत्त्वाच्या पुस्तकांची मालिका लिहिली.

एकदा एक नवशिका मुख्य धर्मगुरूंना म्हणाला, ''फादर, माझं मन या जगाप्रतिच्या प्रेमाने तुडुंब भरलं आहे. वाईट मोहांपासून माझा आत्मा मुक्त आहे. आता मी पुढे काय करू बरं?''

शेवटच्या विधींची वाट पाहणाऱ्या एका रुग्णाला भेटायला सोबत चलायला मठाधिपतींनी त्या नवशिक्याला सांगितलं.

कुटुंबाचं सांत्वन केल्यानंतर त्या घराच्या एका कोपऱ्यात असलेली एक मोठी पेटी मठाधिपतींच्या नजरेस पडली.

त्यांनी विचारलं, ''काय आहे या पेटीत?''

मरणासन्न असलेल्या त्या व्यक्तीच्या पुतण्याने सांगितलं, ''माझ्या काकांनी कधीच न घातलेले कपडे आहेत ते. योग्य क्षणी योग्य वेळेस ते कपडे घालण्याची प्रतीक्षा करत राहिले ते, त्यादरम्यान कपडे मात्र आत नुसतेच पडून राहिले.''

तिथून निघाल्यानंतर मुख्य मठाधिपतीने नवशिक्याला सांगितलं, ''ती पेटी कधीच विसरू नकोस. तुझ्या हृदयात जर आध्यात्मिक खजिना असेल, तर आजच्या आज सरावाला लाग. अन्यथा, ते सारं आत निव्वळ सडेल.''

आपण जेव्हा आपल्या आध्यात्मिक प्रवासाला निघतो तेव्हा आपण ईश्वराशी अति बोलत असतो, त्यामुळे 'तो आपल्याला जे काही सांगू इच्छित असतो ते ऐकण्याकडे आपलं लक्षच नसतं,' असं गूढवादी म्हणतात.

गुरू म्हणतात –

''थोडे सैलावा. सोपं नाही ते, प्रत्येक क्षणी योग्यच कृती घडवण्याकडे आपला स्वाभाविक कल असतो. सतत काम करण्यातूनच ते साध्य होईल, यावर आपला विश्वास असतो.''

प्रयत्न करणं, अपयशी होणं, पुन्हा उठून उभं राहणं आणि पुन्हा प्रयत्न करणं हे महत्त्वाचं आहे, पण आपण ईश्वराला आपल्याला मदतही करू दिली पाहिजे. जेव्हा आपण एखाद्या गोष्टीसाठी खरोखरच नेटाने आटोकाट प्रयत्न करत असतो, तेव्हा स्वतःकडे बारकाईने पाहायला विसरू नका. ईश्वराला स्वतःला प्रकट करू द्या. आपल्याला मार्गदर्शन करू द्या.

अधूनमधून आपल्याला मांडीवर घेऊ देण्याची अनुमती त्याला द्या.

एकदा एक तरुण सेटिस मठात मठाधिपतींना भेटायला आला. आध्यात्मिक मार्गावर वाटचाल कशी करावी, यासंदर्भात त्याला सल्ला हवा होता.

मठाधिपती म्हणाले, ''पूर्ण वर्षभर तुझा अपमान करणाऱ्या किंवा तुझ्याशी कठोरपणे वागणाऱ्या प्रत्येकाला दर वेळेस आठवणीने पैसे दे.''

पुढचे बारा महिने त्या तरुणाने अगदी तसंच केलं. आता पुढे काय करावं हे विचारण्यासाठी तो पुन्हा मठाधिपतींना भेटायला गेला.

या वेळेस मठाधिपती म्हणाले, ''शहरात जा आणि माझ्यासाठी काही अन्नपदार्थ विकत आण.'' तो तरुण जाताच मठाधिपतीने गलिच्छ भिकाऱ्याचा वेष धारण केला, जवळचा एक मार्ग शोधत मठाधिपती घाईने शहराच्या प्रवेशद्वाराशी जाऊन पोहोचले. तो तरुण समोरून आल्यावर मठाधिपतीने त्याचा अपमान करायला सुरुवात केली.

''फारच छान!'' तो तरुण त्या खोट्या भिकाऱ्याला म्हणाला. ''गेलं वर्षभर माझा अपमान करणाऱ्या प्रत्येकाला मी पैसे देत आलो आहे. आता मात्र एक पैसाही न देता, फुकटात माझा अपमान होत आहे.''

हे ऐकताच मठाधिपतीने आपलं रूप उघड केलं. ते म्हणाले, ''तू आधीच पुढचं पाऊल उचललं आहेस, कारण तू तुझ्या समस्यांकडे सहजतेने पाहू शकतोस.''

एकदा प्रवासी आपल्या दोन मित्रांसह न्यू यॉर्कमध्ये चालत होता. अचानक एका सहज सामान्य संभाषणाचं रूपांतर वादावादीत झालं. त्याचे दोन मित्र अक्षरशः मारामारीवर उतरले. थोड्या वेळाने तो दोघंही शांत झाले. मग ते एका दारूच्या गुत्त्यात गेले. दुसऱ्याची क्षमा मागत एकाने म्हटलं –

''आपल्या जे निकट असतात त्यांचं मन आपण किती पटकन दुखावू शकतो, हे माझ्या लक्षात आलं आहे. तू जर कुणी त्रयस्थ असतास तर मी इतका संतापलोच नसतो, मात्र आपण मित्र असल्यामुळे आणि इतर कोणाहीपेक्षा तू मला सर्वाधिक समजून घेऊ शकत असल्यामुळेच, अधिक कठोर होण्याचा मला जणू परवानाच मिळाला. मानवी स्वभाव म्हणतात तो हाच.''

कदाचित तसा तो असेलही, तरीही आपण त्याला विरोध करू या.

एखाद्या विशिष्ट व्यक्तीला मदत करावीशी वाटणारे काही क्षण येतातही, पण आपल्याला तिथे खरोखरच काही करता येण्यासारखं नसतं. एक तर परिस्थिती आपल्या विरुद्ध असते किंवा ती व्यक्ती इतर कोणाचाही आधार किंवा पाठिंबा घ्यायला तयारच नसते.

गुरू म्हणतात –

''जे उरतं ते प्रेम असतं. आपल्याला जेव्हा काहीच करता येत नाही, तेव्हा कशाचीही अपेक्षा न ठेवता, ती व्यक्ती बदलेल याची अपेक्षा न ठेवता, ती व्यक्ती आपले आभार मानेल अशी अपेक्षा न ठेवता, आपण तिच्यावर निदान प्रेम तर करू शकतो.''

आपण जर असं करू शकलो, तर प्रेमाच्या ऊर्जेमुळे सभोवतालचं विश्व बदलू लागतं. ती ऊर्जा प्रकट होते तेव्हा नेहमीच आपली जादू दाखवते.

प्रेमाच्या कवितांसाठी प्रसिद्ध असणाऱ्या जॉन कीट्स या कवीने कवितेची मोठी सुरेख व्याख्या दिली आहे. आपली इच्छा असेल तर आपण तीच जीवनाची व्याख्या समजू शकतो –

''कवितेने सूक्ष्म आधिक्याने चकित केलं पाहिजे, एकलतेने नाही; कवितेतले शब्द हे आपल्याच सर्वोच्च विचारांचे शब्द आहेत, असं वाचकाला वाटलं पाहिजे आणि सहजगत्या ते स्मरणातून उमटले पाहिजेत.

''सौंदर्याचे कवितेचे स्पर्श हे कधीच अर्धवट असता कामा नये, अन्यथा मजकुराऐवजी वाचकाला धाप लागेल. कल्पनेचा उदय, विकास आणि मांडणी ही त्याला सूर्याप्रमाणे स्वाभाविक वाटली पाहिजे, त्याच्यावर ती झळकली पाहिजे आणि अत्यंत भव्य, पण शांत अशा संधिप्रकाशाची दिव्यता त्याच्यासाठी उरली पाहिजे.''

पंधरा वर्षांपूर्वी प्रवासी जेव्हा आपली श्रद्धा नाकारत होता, तेव्हा तो त्याची पत्नी आणि मित्राबरोबर रिव्हो दि जानेरो इथे होता. त्या सगळ्यांनी थोडं मद्यपान केलं होतं. तेवढ्यात त्यांचा आणखी एक जुना मित्र तिथे आला. सन १९६० ते १९७० यादरम्यान त्यांनी जोडीने अनेक वेड्यासारखी धाडसी कृत्यं केली होती.

प्रवाशाने विचारलं, ''आता तू काय करतोस?''

आलेला मित्र म्हणाला, ''मी धर्मगुरू आहे.''

रेस्टॉरन्टमधून बाहेर पडल्यावर रस्त्याच्या कडेला झोपलेल्या एका बालकाकडे प्रवाशाने बोट दाखवलं.

''या जगाची येशूला किती काळजी आहे, पाहिलंस?'' प्रवाशाने उपहासाने म्हटलं.

धर्मगुरूने उत्तर दिलं, ''अर्थातच! त्याने मुद्दामच त्या बालकाला इथे निजवलं आहे, जेणेकरून ते बालक तुझ्या नजरेस पडेल आणि त्याला तू येनकेन मार्गाने मदत करू शकतोस याची तुला जाणीव होईल.''

ज्यू विद्वानांचा एक समूह एकदा एकत्र जमला होता. जगातली सर्वांत छोटी 'घटना' लिहिण्याचा त्यांचा प्रयत्न होता. एखाद्या व्यक्तीला एका पायावर तोल सांभाळायला जेवढा वेळ लागतो तेवढ्या वेळात मानवी वागणुकीवर नियंत्रण ठेवणाऱ्या कायद्यांचा सारांश जर कोणी सिद्ध करू शकलं, तर त्याला 'सर्वोत्तम संत' म्हणून मान्यता मिळणार होती.

एकाने म्हटलं, ''कायदा मोडणाऱ्यांना ईश्वर शिक्षा करतो.''

हा कायदा नसून धमकी आहे, असा मुद्दा दुसऱ्याने मांडला आणि तो नियम नाकारला गेला.

त्याच वेळेस रब्बाय हिलेल तिथे आले. एका पायावर उभं राहत ते म्हणाले -

''तुमच्या बाबत केली जाणारी जी कृती तुम्हाला तिरस्करणीय वाटत असेल, ती इतरांबाबत करू नका- तोराह (यहुदींचा सर्वांत महत्त्वाचा आणि पवित्र ग्रंथ)मागचं हेच संपूर्ण सत्य आहे, उर्वरित नुसतं टिपण आहे.''

अशा प्रकारे त्या काळातले महान संत म्हणून रब्बाय हिलेल यांना घोषित करण्यात आलं.

आपला मित्र शिल्पकार जेकब एप्स्टिंग याच्या घरात एक भला खडक पाहून नाटककार बर्नार्ड शॉ यांनी विचारलं –

''या एवढ्या मोठ्या खडकाचं काय करणार आहात?''

''कल्पना नाही. तूर्तास मी अजून विचारच करत आहे.''

''म्हणजे? तुम्ही तुमच्या कामाची योजना आखता?'' शॉ यांनी आश्चर्याने विचारलं. ''मी तर दिवसातून अनेकदा माझे विचार बदलत असतो.''

''हे पहा, चार औंस हस्तलिखिताकरता ते सगळं चालू शकतं, चार टन वजनाच्या खडकासाठी ते नाही चालू शकत,'' शिल्पकाराने उत्तर दिलं.

गुरू म्हणतात –

''आपण आपल्या कामात सुधारणा कशी करू शकतो हे आपण सगळे जण जाणतो, मात्र ज्याला खरोखरच प्रत्यक्ष कार्य करायचं असतं, त्यालाच त्याच्यातल्या अडचणी लक्षात येतात.''

मठाधिपती जोआओ पेक्विनो यांच्या मनात आलं – ''मीही सर्व देवदूतांप्रमाणे असायला हवं. ईश्वराच्या कीर्तीव्यतिरिक्त इतर कशाचाही विचार मी करता कामा नये.'' त्या रात्री स्केटिस मठातून बाहेर पडून ते वाळवंटात गेले.

आठवडाभराने ते परत आले. त्यांनी प्रवेशद्वार वाजवलं. तिथल्या भिक्षूने ते ऐकलं, ते कोण आहेत असं त्याने विचारलं.

मठाधिपती म्हणाले, ''मी जोआओ मठाधिपती आहे. मी भुकेला आहे.''

''अशक्य आहे हे,'' भिक्षूने उत्तर दिलं. ''मठाधिपती जोआओ वाळवंटात गेले असून त्यांचं देवदूतात रूपांतर झालं आहे. त्यांना आता भूक लागतच नाही. स्वतःचं पोट भरण्यासाठी काही काम करण्याची गरजही त्यांना उरलेली नाही.''

''हे पहा, माझ्या उद्धटपणाबद्दल क्षमा कर,'' मठाधिपती जोआओ म्हणाले. ''देवदूत आपल्यासारख्या माणसांना मदत करतात. ते त्यांचं काम आहे. त्यासाठीच ते ईश्वराच्या कीर्तीचं चिंतन करतात. मी मात्र माझं दैनंदिन काम करतानासुद्धा ईश्वरकीर्तीचं चिंतन करू शकतो.''

हे नम्र शब्द ऐकल्यानंतर भिक्षूने मठाची द्वारं उघडली.

माणसाने विनाशाची जी सामर्थ्यशाली अस्त्रं निर्माण केली आहेत, त्यांतलं सर्वांत भयंकर आणि सर्वांत भेकड अस्त्र म्हणजे शब्द.

चाकू, सुऱ्या आणि शस्त्रास्त्रांमुळे रक्तपात होतील. बॉम्बमुळे इमारती आणि रस्ते उद्ध्वस्त होतात. विष नेहमीच शोधून काढता येतं.

गुरू म्हणतात –

''शब्द नष्ट करू शकतात, पण मागे कुठलाही सुगावा सोडत नाहीत. वर्षानुवर्षं पालक आपल्या मुलांवर नियंत्रण ठेवतात, माणसांना वाईट टीकेला सामोरं जावं लागतं, नवरे आपल्या शेऱ्यांपायी आपल्या बायकोला पद्धतशीरपणे घायाळ करतात. ईश्वराच्या आवाजाचा वेध आपल्यालाच घेता येतो, असा विश्वास बाळगणाऱ्यांकडून एकनिष्ठांना धर्मापासून हातभर अंतरावर ठेवलं जातं.''

तुम्ही स्वतः हे हत्यार वापरत आहात का? हे हत्यार तुमच्या विरुद्ध वापरलं जात आहे का? तसं असेल तर या दोन्हीही बाबी घडू देऊ नका.

एका अतिशय विचित्र परिस्थितीचं वर्णन करण्याचा कॅरेन विल्यम्स यांचा हा प्रयत्न आहे -

''असं समजा की, जीवन अगदी परिपूर्ण आहे. तुम्ही एका परिपूर्ण जगात, परिपूर्ण लोकांबरोबर राहत असून तुम्हाला जे जे हवं ते सारं मिळालेलं आहे, प्रत्येक जण प्रत्येक गोष्ट अगदी योग्य वेळेस आणि परिपूर्ण पद्धतीने पार पाडत आहे. अशा या जगात तुम्हाला ज्या ज्या कशाची कामना आहे, ते ते सारं तुम्हाला प्राप्त झालेलं आहे. तुम्ही स्वप्नात ज्या कशाचाही विचार केला असेल, ते ते सारं तुमच्याजवळ आहे. तुम्हाला हवी तितकी वर्षं तुम्ही जगू शकता.

''आता विचार करा, अशी शे-दोनशे वर्षं गेली आहेत. तुम्ही एका अतिशय स्वच्छ समुद्र किनाऱ्यावर बसला आहात. तुमच्या समोर नयनरम्य देखावा आहे. तुमच्या मनात येतं - 'किती हे कंटाळवाणं! उत्साह कुठे आहे?'

''त्या क्षणी तुमच्या समोर एक लाल रंगाचं बटण दिसतं. त्याच्यावर लिहिलेलं दिसतं 'आश्चर्य!'

''या शब्दाचा नेमका काय अर्थ असेल, याचा काळजीपूर्वक विचार केल्यानंतर तुम्ही ते बटण दाबता का? अर्थात! त्यानंतर तुम्ही एका अंधाऱ्या भुयारात प्रवेश करता आणि ज्या जगात तुम्ही आत्ता राहत आहात, तिथे तुम्ही येऊन पोहोचता.''

वाळवंटातली ही आख्यायिका आहे. एक माणूस एकदा एका मरुभूमीकडून दुसऱ्या मरुभूमीकडे निघाला होता. त्याने आपलं सामान उंटावर लादायला सुरुवात केली. अंथरुणं-पांघरुणं लादली. स्वयंपाकाची भांडी लादली. कपड्यांनी गच्च भरलेल्या पेट्या लादल्या. तरीसुद्धा उंट ताठ उभा होता. अचानक, वडिलांनी दिलेल्या एका सुरेख निळ्या पिसाची त्याला आठवण झाली. माघारी जाऊन ते परत आणण्याचं त्याने ठरवलं. त्यानुसार त्याने ते आणलं आणि उंटावर लादलं.

त्या क्षणी त्या वजनापायी तो उंट कोसळला आणि मेला.

त्या माणसाच्या मनात नक्कीच आलं असणार, 'पिसाचं वजन माझ्या उंटाला सोसवलं नाही.'

आपल्या जे निकट असतात त्यांच्याबद्दल आपणही कधीकधी असाच विचार करतो. मजेत केलेली आपली टिप्पणी ही उंटाची पाठ मोडणाऱ्या पिसाप्रमाणे असू शकते, हे लक्षात घ्यायला आपण चुकतो.

पाउलो कोएलो

''चित्रपटांमधून जे काही दाखवलं जातं, त्यात काही लोक अति गुंततात आणि खरी गोष्ट विसरू लागतात,'' असं कुणीतरी प्रवाशाला म्हटलं. त्या वेळेस ते सगळे मिआमी बंदराकडे पाहत बसले होते. 'द टेन्थ कमांडमेंट्स' आठवतात का?''

''हो तर! त्यात एके ठिकाणी मोझेसची भूमिका करणाऱ्या चार्लटन हेस्टन यांनी आपला राजदंड उंचावताच पाणी दुभंगलं आणि हिब्रू लोकांनी लाल समुद्र ओलांडला.''

''बायबलमध्ये हे वेगळं दाखवलं आहे,'' दुसरा एक माणूस आता म्हणाला. ''मॉसेसवर नियंत्रण असणारा एक ईश्वर आहे. तो म्हणतो - 'इस्राइलच्या लेकरांना आणखी पुढे जायला सांग.' ते पुढे जायला लागताच मोझेस आपला राजदंड उंचावतात आणि तत्क्षणी लाल समुद्र दुभंगतो; कारण मार्गाक्रमण करण्याचं धैर्य असेल, तरच समोर मार्ग दिसू शकतो.''

सेलो हे वाद्य वाजवणाऱ्या टॅब्लो कॅसल्स यांनी हे शब्द लिहिले आहेत –

“दर दिवशी माझा नव्याने जन्म होतो. दर दिवशी मला पुन्हा सुरुवात करायलाच हवी. गेली ऐंशी वर्षं मी प्रत्येक दिवस याच पद्धतीने सुरू केला आहे. ही यांत्रिक दिनचर्या नसून माझ्या दैनंदिन जीवनाचा महत्त्वाचा भाग आहे. मी पिॲनोजवळ जातो, बाच यांच्या काही स्वरावली वाजवतो. माझ्या घरासाठी तो एक प्रकारचा आशीर्वादच आहे. मात्र, मानवी जमातीचा भाग असण्याच्या आश्चर्याशी आणि जीवनाच्या गूढाशी पुन्हा संपर्क साधण्याचासुद्धा तो मार्ग आहे. गेली अडतीस वर्षं मी हे करत असलो तरी मी वाजवत असलेलं संगीत कधीही एकसमान नसतं. ते संगीत मला नित्यनव्याने काहीतरी सुरेख आणि अविश्वसनीय अशी शिकवण देत असतं.”

पाउलो कोएलो

गुरू म्हणतात –

“ईश्वराचा शोध घेणं किती महत्त्वाचं आहे हे आपल्याला एकीकडे माहीत असतं. जीवन आपल्याला ईश्वरापासून दूर करतं, हेही आपल्याला माहीत असतं. ईश्वर आपल्याकडे दुर्लक्ष करत आहे किंवा आपण आपल्या दैनंदिन जीवनात अतिव्यग्र आहोत, असं आपल्याला वाटत असतं. यापायी आपल्या मनात अपराधी भावना येते. एक तर ईश्वरापायी आपल्या आयुष्याचा फार मोठा भाग अर्पण करत आहोत, असं आपल्या मनात येतं किंवा आयुष्यापायी आपण ईश्वराचा फार मोठा भाग देऊ करत आहोत असं आपल्याला वाटतं.”

ही द्विधा हीच खरी कल्पनारम्यता आहे. ईश्वर जीवनात आहे आणि जीवन ईश्वरात आहे. आपल्या नियतीची अधिक चांगली कल्पना येण्यासाठी आपल्याला एवढीच जाणीव ठेवण्याची गरज आहे. आपल्या दैनंदिन जीवनातल्या पवित्र सुसंगतीशी आपण जोवर संपर्कात राहू, तोवर आपण योग्य मार्गावरच राहू आणि कार्यपूर्ती करणं आपल्याला शक्य होईल.

पाब्लो पिकासो म्हणतात –

‘‘ईश्वर हा कलाकार आहे. त्याने जिराफ, हत्ती आणि मुंगी यांचा शोध लावला. तो कधीही कुठल्या एकाच शैलीचा मागोवा घेत नाही. त्याला जे करावंसं वाटतं तेच तो करतो.’’

गुरू म्हणतात –

‘‘आपण जेव्हा आपल्या मार्गावर चालू लागतो, तेव्हा आपल्या मनात भीती दाटलेली असते. प्रत्येक गोष्ट परिपूर्णपणे करण्याचं उत्तरदायित्व आपल्यावर आहे, असं आपल्याला वाटू लागतं. आपल्या प्रत्येकाचं आयुष्य वैशिष्ट्यपूर्ण आहे, हे लक्षात घेतलं तर परिपूर्णतेची ही कल्पना कुठून येते? ईश्वराने जिराफ घडवला, हत्ती घडवला, मुंगीही घडवली; असं असताना विशिष्ट रूपकाचा ध्यास कशाला?’’

इतर सगळे आपल्या वास्तवतेची व्याख्या कशी करतात, हे दाखवणं एवढंच रूपकाचं काम असतं. त्या इतर रूपकांचं आपल्याला कौतुक वाटतं. तरीसुद्धा इतरांनी केलेल्या चुका टाळणं आपल्याला अनेकदा जमत नाही. जगायचं म्हटलं तर आपणच जगू शकतो.

अनेक कट्टर ज्यू एका सिनेगॉगमध्ये प्रार्थना करत होते. तेवढ्यात त्यांना एका बालकाचा आवाज आला. ते बालक 'अबकड...' असं म्हणत होतं. त्या भक्तांनी आपल्या पवित्र प्रार्थनेवर लक्ष देण्याचा प्रयत्न केला, पण बालकाचा आवाज येतच राहिला - 'अबकड...'

आता सगळ्यांनी प्रार्थना थांबवली. त्यांनी वळून पाहिलं. तो मुलगा अद्यापही म्हणत होता -

'अबकड...'

त्याच्या जवळ जात रब्बायने त्याला विचारलं -

''तू हे का करत आहेस?''

''कारण मला तुमच्या पवित्र प्रार्थना येत नाहीत,'' बालकाने उत्तर दिलं, ''मी जर बाराखडी म्हटली, तर ईश्वर ही अक्षरं घेईल आणि त्याचे योग्य शब्द करेल, असं मला वाटतं.''

रब्बायने उत्तर दिलं, ''तू आम्हाला जो धडा शिकवलास, त्याबद्दल मी आभारी आहे. ज्या पद्धतीने तू ईश्वराला ही मुळाक्षरं देत आहेस, त्याच पद्धतीने मीही भूतलावरचे माझे दिवस ईश्वराला देऊ शकेन, इतकीच आशा करू शकतो.''

गुरू म्हणतात –

"आपल्या ठायी ईश्वराचं जे चैतन्य उपस्थित आहे, त्याचं वर्णन एखाद्या चित्रपटासारखं करता येईल. त्यामध्ये विविध परिस्थिती उद्भवतात. लोक प्रेमात पडतात. विलग होतात. खजिने सापडतात. कुठलेतरी दूरचे देश समोर दिसतात."

कोणता चित्रपट दाखवला जातो हे महत्त्वाचं नसतं – समोरचा पडदा तोच राहतो. अश्रुपात होवो किंवा रक्तपात, त्याने काही फरक पडत नाही; कारण पडद्याच्या पांढरेपणावर कशानेही डाग पडत नाही.

त्या चित्रपटाच्या पडद्याप्रमाणेच ईश्वरसुद्धा तिथे आहेच. जीवनाच्या प्रत्येक सुखदुःखामागे तो आहे. चित्रपट संपला की आपल्या सगळ्यांना तो दिसेल.

आपल्या शिकवणुकीच्या कठोरपणाबद्दल प्रसिद्ध असणाऱ्या एका हिंदू मठाभोवती एक धनुर्धर चालत होता. तितक्यात त्याला बगिचात बसून मद्यपान करत गंमत करणारे भिक्षू दिसले.

तो धनुर्धारी मोठ्याने म्हणाला, ''किती हा दांभिकपणा! शिस्त किती महत्त्वाची आहे, याबद्दल ईश्वराचा मार्ग चोखाळू पाहणारे साधक सतत बोलत असतात, इकडे खाजगीत मात्र ते चक्क मद्यधुंद होतात!''

त्या भिक्षूंपैकी सर्वांत वयोवृद्ध भिक्षूने विचारलं, ''तुला जर एकापाठोपाठ एक असे शंभर बाण मारावे लागले, तर तुझ्या धनुष्याचं काय होईल?''

धनुर्धारीने उत्तर दिलं, ''माझं धनुष्य मोडेल.''

''कुणीही व्यक्ती जेव्हा आपल्याच मर्यादांच्या पल्याड जाते तेव्हा त्यापायी तिची इच्छाशक्ती मोडून पडते,'' भिक्षू सांगू लागले. ''काम आणि आराम यांमध्ये समतोल साधता आला नाही, तर तू आपला उत्साह आणि मार्ग दोन्ही गमावून बसशील.''

एकदा एका राजाने दूरच्या एका देशात सही करण्यासाठी शांतिकरार पाठवला. आपल्या प्रवासामागे काय हेतू आहे हे त्या दूताने आपल्या काही मित्रांना सांगितलं. त्या मित्रांचा त्या देशाशी काही महत्त्वाचा व्यापार होता. त्या दूताने काही दिवस आपल्या बरोबर राहावं असा आग्रह त्यांनी केला. तो शांतिकरार असल्यामुळे त्यांनी नवे हुकूम पाठवत आपली व्यवसायप्रणाली बदलली.

सरतेशेवटी, दूत जेव्हा निघाला तेव्हा शांतिकराराच्या दृष्टीने फार उशीर झाला होता. युद्ध सुरू झालं होतं. राजाच्या सगळ्या योजनांवर तर पाणी पडलं होतंच, पण ज्यांच्यामुळे त्या दूताला विलंब झाला होता त्यांच्या व्यवसायांचंसुद्धा नुकसान झालं.

गुरू म्हणतात –

''आपल्या आयुष्यात एकच महत्त्वाची गोष्ट आपल्याला करायची आहे. आपली वैयक्तिक आख्यायिका जगायची आहे. आपल्यावर हेच कार्य सोपवण्यात आलं आहे. मात्र सरतेशेवटी आपल्या स्वप्नांचा विनाश करणाऱ्या निरर्थक कार्यांच्या बोज्याखाली आपण उगाचच अडकून पडतो.''

प्रवासी सिडनी इथे पोहोचला होता. शहराच्या दोन भागांना जोडणाऱ्या पुलाकडे तो पाहत असताना एक ऑस्ट्रेलियन माणूस त्याच्या जवळ आला. वर्तमानपत्रातली एक जाहिरात तो वाचून दाखवेल का, असं त्या माणसाने विचारलं.

''फारच बारीक अक्षर आहे. मला वाचता येत नाही. मी चश्मा घरी विसरून आलो आहे,'' तो पुढे म्हणाला.

प्रवाशाचा चश्मासुद्धा घरीच राहिला होता. त्याने त्या माणसाची क्षमा मागितली. क्षणभर थबकून तो माणूस म्हणाला –

''असं आहे तर. ती जाहिरात विसरलेलीच बरी.''

संभाषण सुरू ठेवण्याच्या हेतून तो पुढे म्हणाला –

''आपण एकटेच नाही बरं. ईश्वराची दृष्टीसुद्धा क्षीण आहे. तो वृद्ध झाला म्हणून नाही, तर ती त्याची वैयक्तिक निवड आहे. त्यायोगे त्याच्या जवळच्या कोणी काही चूक केली, तर त्याला अचानक दिसेनासं होतं. अन्याय करायचा नसल्यामुळे ईश्वर त्याला क्षमा करतो.''

“लोकांमध्ये असणाऱ्या सद्गुणांचं काय?” प्रवाशाने विचारलं.

“ईश्वर त्याचा चश्मा कधीच घरी विसरत नाही,” असं म्हणत तो ऑस्ट्रेलियन माणूस हसतच तिथून निघून गेला.

“प्रार्थनेपेक्षा महत्त्वाचं असं काही आहे का?” एकदा एका शिष्याने आपल्या गुरूंना विचारलं.

जवळच्या झाडाची एक फांदी तोडून आणायला गुरूने आपल्या शिष्याला सांगितलं. शिष्याने आज्ञा पाळली.

“ते झाड अद्याप जिवंत आहे का?” गुरूने विचारलं.

“अगदी! पहिल्यासारखंच जिवंत आहे,” शिष्य म्हणाला.

“जा आणि त्याची मूळंसुद्धा कापून आण,” गुरूने म्हटलं.

“मी जर तसं केलं तर झाड मरेल ना,” शिष्याने उत्तर दिलं.

“प्रार्थना या झाडाच्या फांद्या असतात आणि श्रद्धा ही त्याची मुळं असतात,” गुरू सांगू लागले. “प्रार्थनेशिवाय श्रद्धा अस्तित्वात असू शकते, पण श्रद्धेवाचून प्रार्थना अस्तित्वात असू शकत नाही.”

एव्हिला इथल्या सेन्ट टेरेसा लिहितात –

“लक्षात ठेवा, ईश्वर आपल्या सर्वांना आमंत्रित करतो, आणि तो स्वतः सत्य असल्यामुळे आपण त्याच्याबद्दल कधीही शंका घेऊ शकत नाही. तो म्हणतो – ‘जे तहानलेले आहेत त्यांनी माझ्याकडे यावं, मी तुम्हाला प्यायला पाणी देईन.’ त्याचं निमंत्रण सरसकट नसतं तर त्याने कदाचित असं म्हटलं असतं, ‘तुम्ही सर्व या, इथे येण्याने तुम्ही काहीच गमावणार नाही, ज्या कोणाला पाणी देणं योग्य आहे असं मला वाटेल त्यांना मी पाणी देईन.’ अशी अट न घालता आपण सगळ्यांनी यायला हवं, असं ईश्वर म्हणतो. म्हणूनच जोवर आपण आपला मार्ग सोडत नाही तोवर आपल्याला हे जितंजागतं पाणी प्राप्त होत राहीलच याबद्दल माझी खात्री आहे.”

पाउलो कोएलो

झेन भिक्षू ध्यानधारणा करताना दगडासमोर बसतात. त्यांच्या मनात येतं, ''आता हा दगड थोडा मोठा होण्याची मी वाट पाहीन.''

गुरू म्हणतात –

''आपल्या भोवतालची प्रत्येक गोष्ट सतत बदलत असते. दर दिवशी सूर्य एका नव्या जगाला उजेडात आणतो. आपण ज्याला दिनचर्या म्हणतो त्यात नित्य नव्या कल्पना आणि संधी आहेत, पण प्रत्येक दिवस आधीच्या दिवसापेक्षा वेगळा आहे, हे आपल्या लक्षातच येत नाही.''

आज कुठेतरी तुमच्यासाठी कुठलातरी खजिना वाट पाहत आहे. कदाचित ते कोणाचं स्मितहास्य असेल, कदाचित फार मोठा सामना असेल – त्याने काही फरक पडणार नाही. आयुष्य हे लहानमोठ्या आश्चर्यांनी घडलं आहे. कुठलीच बाब कंटाळवाणी नाही; कारण प्रत्येक बाब सातत्याने बदलत असते. या जगामध्ये कुठल्याही प्रकारे रूक्षता नाही. आपण जगाकडे ज्या पद्धतीने पाहतो ती पद्धत मात्र निरस असू शकते.

टी.एस. इलिएट लिहितात – ''शोध लावण्यापासून आपण थांबणार नाही. आपल्या सर्व शोधांची सुरुवात आपण जिथे केली, तिथेच आपण शेवटी जाऊन पोहोचू आणि ती जागा आपल्याला पहिल्यांदाच समजेल.''

अनुवादक परिचय

डॉ. शुचिता नांदापूरकर-फडके या गेली कित्येक वर्षे अनुवाद, संपादन, काव्यलेखन अशा क्षेत्रांत सर्वथैव कार्यरत आहेत. त्यांनी आजवर अनेक इंग्लिश पुस्तकांचा सुरस आणि सरस अनुवाद केला असून, यात आत्मचरित्र, पौराणिक, तत्त्वज्ञान, विधी, तांत्रिक, शैक्षणिक, पाककृती, वैद्यकीय अशा विविध विषयांवरील पुस्तकांचा समावेश आहे.

नित्यनवीन काही आत्मसात करणं आणि शब्दांवरच्या प्रेमातून कविता करणं हे त्यांचे छंद आहेत. वाचनाची दांडगी आवड असलेल्या डॉ. शुचिता नांदापूरकर-फडके यांनी मानसशास्त्रात पदव्युत्तर शिक्षण घेतले असून त्या समुपदेशक म्हणूनही काम करतात. कॅन्सरग्रस्त रूग्णांसाठी त्यांनी समुपदेशक म्हणून काम केले असून व्हॉइस ओव्हर आर्टिस्ट म्हणूनही त्यांनी काम केले आहे. प्री-स्कूल उभारणीच्या कार्याचा त्यांना अनुभव असून शालेय अभ्यासक्रमाची रचना करण्यात त्यांना स्वारस्य आहे.

अनुवादशास्त्र मांडणी आणि व्यवस्थापन या विषयांत त्यांनी पीएच. डी. केली आहे.